ദേശീയ കവി
അല്ലാമാ ഇഖ്ബാൽ

deshiyakavi allama iqbal

•

husain randathani

•

first edition
october 2015

•

typesetting
dbh overbridge, TVPM

•

published
chintha publishers, thiruvananthapuram

•

•

cover
vinod

•

വിതരണം
ദേശാഭിമാനി ബുക്ക് ഹൗസ്
H O തിരുവനന്തപുരം-695 035
phone: 0471-2303026, 6063026
www.chinthapublishers.com
chinthapublishers@gmail.com

ബ്രാഞ്ചുകൾ
ഹെഡ്ഓഫീസ് ബ്രാഞ്ച് കുന്നുകുഴി • സ്റ്റാച്യു തിരുവനന്തപുരം • കെ എസ് ആർ ടി സി ബസ് സ്റ്റേഷൻ ആലപ്പുഴ • കെ എസ് ആർ ടി സി ബസ് സ്റ്റേഷൻ എറണാകുളം • മച്ചിങ്ങൽ ലെയ്ൻ തൃശൂർ • ഐ ജി റോഡ് കോഴിക്കോട് • മാവൂർ റോഡ് കോഴിക്കോട് • എൻ ജി ഒ യൂണിയൻ ബിൽഡിങ് കണ്ണൂർ • സെൻട്രൽ ബസ് ടെർമിനൽ കോംപ്ലക്സ് താവക്കര കണ്ണൂർ

CO - 2257 / 3740

ദേശീയ കവി
അല്ലാമാ ഇഖ്ബാൽ

ഹുസൈൻ രണ്ടത്താണി

ചിന്ത പബ്ലിഷേഴ്സ്
തിരുവനന്തപുരം-695 035
വില : ₹ 95

ഹുസൈൻ രണ്ടത്താണി

മലപ്പുറം ജില്ലയിലെ രണ്ടത്താണിയിൽ 1958 ൽ ജനിച്ചു. പിതാവ്: കെ ചെക്കുട്ടി ഹാജി. മാതാവ്: ഖദീജ ഉമ്മ ഹാജ്ജ. അലീഗഢ് സർവ്വകലാശാലയിൽനിന്ന് എം എ ബിരുദം. കോഴിക്കോട് സർവ്വകലാശാലയിൽനിന്ന് പി എച്ച് ഡി. പന്ത്ര ണ്ടിലധികം കൃതികൾ പ്രസിദ്ധീകരിച്ചിട്ടുണ്ട്. ഏറ്റവും നല്ല ചരിത്രപ്രബന്ധത്തിന് ഡോ. സി കെ കരീം അവാർഡ് ലഭി ച്ചു. ഇപ്പോൾ മലപ്പുറം, വളാഞ്ചേരി എം ഇ എസ് കെ വി എം കോളേജിൽ പ്രിൻസിപ്പാൾ.

വിലാസം	:	അരീക്കൽ ഹൗസ്
		രണ്ടത്താണി പി ഒ
		മലപ്പുറം ജില്ല
		മൊബൈൽ 9995946382
email	:	drhussaink @ gmail.com
website	:	www.hussainrandathani.com

ഉള്ളടക്കം

പ്രസാധകക്കുറിപ്പ്

'സാരേ ജഹാൻ സെ അച്ഛാ' എന്ന ദേശഭക്തി കാവ്യ ത്തിലൂടെ ഇന്ത്യൻ ജനതയുടെ ദേശാഭിമാനത്തിന് മകുടംചാർത്തിയ അല്ലാമാ ഇഖ്ബാൽ (സർ മുഹമ്മദ് ഇഖ്ബാൽ) ഉർദു സാഹിത്യത്തിന് മികവാർന്ന സംഭാവന നല്കി. ഇന്ത്യയുടെ ദേശാഭിമാനം ഉയർത്തിപ്പിടിക്കുന്നതിനു പുറമെ രാജ്യത്തിന്റെ മോചനത്തിനുവേണ്ടി അദ്ദേഹം തന്റെ കവിതകളെ സമർപ്പിക്കുകയും ചെയ്യുന്നു. അന്ധവി ശ്വാസം, പൗരോഹിത്യം, സാമ്രാജ്യത്വം എന്നിവയ്ക്കെതിരെ ശക്തമായി പ്രതികരിച്ച ഇഖ്ബാൽ മാർക്സിയൻ സോഷ്യ ലിസത്തെ ഇസ്ലാമിക ചിന്തകളുമായി താരതമ്യം ചെയ്യു ന്നു. ഇഖ്ബാലിന്റെ ജീവചരിത്രവും രാഷ്ട്രീയ വീക്ഷണ ങ്ങളും മനസ്സിലാക്കാൻ ഈ കൃതി ഏറെ ഉപകരിക്കും.

ചിന്ത പബ്ലിഷേഴ്സ്

മുഖവുര

അല്ലാമാ ഇഖ്ബാൽ എന്നറിയപ്പെടുന്ന സർ മുഹമ്മദ് ഇഖ്ബാൽ ഇന്ത്യയുടെ ഹൃദയം തൊട്ടറിഞ്ഞ മഹാകവിയാണ്. *സാരേ ജഹാൻ സെ അച്ഛാ* എന്ന ദേശഭക്തി കാവ്യത്തിലൂടെ ഇന്ത്യൻ ജനതയുടെ ദേശാഭി മാനത്തിന് മകുടം ചാർത്തിയ ഇഖ്ബാൽ പേർഷ്യൻ ഉർദു സാഹിത്യ ത്തിന് മികവാർന്ന സംഭാവന നല്കി. മഹാത്മാഗാന്ധി തന്റെ പ്രാർത്ഥനാ യോഗത്തിൽ 'സാരേ ജഹാൻ സെ അച്ഛാ' ആലപിച്ചപ്പോഴുണ്ടായ അനു ഭവത്തെപ്പറ്റി അയവിറക്കുന്നതിങ്ങനെ:

ഇഖ്ബാലിന്റെ 'ഹിന്ദുസ്ഥാൻ ഹമാരാ' കേൾക്കുമ്പോൾ ഏത് ഹൃദ യമാണ് സ്പന്ദിക്കാത്തത്? അങ്ങനെ ഒന്നുണ്ടെങ്കിൽ അതൊരു ഹതഭാഗ്യമായാണ് ഞാൻ ഗണിക്കുക. ഇഖ്ബാലിന്റെ ഈ ഭാഷ ഹിന്ദിയോ ഹിന്ദുസ്ഥാനിയോ അതോ ഉർദുവോ? അത് ഇന്ത്യയുടെ ദേശീയ ഭാഷയല്ലെന്ന്, അതിന് മധുരമില്ലെന്ന്, അത് ഉന്നതമായ ചിന്ത പ്രകടിപ്പിക്കുന്നില്ലായെന്ന് ആരാണ് പറയുക?

ഭിന്നിപ്പിന്റെ മറകൾ നമ്മൾ വലിച്ചു മാറ്റിടുവിൻ
വലിച്ചെറിയുക വൈജാത്യങ്ങൾ; ആശ്ലേഷിക്കുക നമ്മൾ
വിജനം വിജനമീ ഹൃത്തിൻ ഭൂമികയിൽ
പുത്തൻ ക്ഷേത്രം പണിയുക പണിയുക നാം.

എന്നു പാടിത്തന്ന ഇഖ്ബാലിനെ പാകിസ്ഥാന്റെ ജനയിതാവായി വരെ ചിലർ അവതരിപ്പിക്കുന്നു. യഥാർത്ഥത്തിൽ പാകിസ്ഥാനി എഴു ത്തുകാർ അവരുടെ ആളാക്കിയെന്നല്ലാതെ തന്റെ കവിതകളിൽ ഇന്ത്യ യുടെ ദേശാഭിമാനമാണ് അദ്ദേഹം ഉയർത്തിപ്പിടിക്കുന്നത്. അതോടൊപ്പം

രാജ്യത്തിന്റെ മോചനത്തിന് വേണ്ടി അദ്ദേഹം തന്റെ കവിതകൾ സമർപ്പി
ക്കുകയും ചെയ്യുന്നു. ലോകത്തെ ഇസ്ലാമിക കാഴ്ചപ്പാടിലൂടെ കാണു
കയും അന്ധവിശ്വാസം, പൗരോഹിത്യം, സാമ്രാജ്യത്വം എന്നിവയ്ക്കെ
തിരെ ശക്തമായി പ്രതികരിക്കുകയും ചെയ്ത ഇഖ്ബാൽ മാർക്സിയൻ
സോഷ്യലിസത്തെ ഇസ്ലാമിക ചിന്തകളുമായി താരതമ്യം ചെയ്യുക കൂടി
ചെയ്യുന്നു.

ഇഖ്ബാലിനെ കുറിച്ചുള്ള ഈ കൃതി തയ്യാറാക്കാൻ ഏറ്റവും കൂടു
തൽ സഹായകമായത് എസ് എം എച്ച് ബർണ്ണിയുടെ *ഇഖ്ബാൽ: പോയറ്റ്
പാട്രിയറ്റ് ഓഫ് ഇന്ത്യ* എന്ന കൃതിയാണ്. കൂടാതെ ഇഖ്ബാലിന്റെ
കവിതാ സമാഹാരമായ *കുല്ലിയാതേ ഇഖ്ബാൽ* എന്ന ഗ്രന്ഥവും ഇംഗ്ലീ
ഷിലും ഉർദുവിലും ഇഖ്ബാലിനെ കുറിച്ച് രചിച്ച കൃതികളും സഹായ
കമായി. പുസ്തകത്തിൽ ഉദ്ധരിച്ച കവിതകളെ മൊഴി മാറ്റിയതിനോ
ടൊപ്പം പേർഷ്യനിലും ഉർദുവിലുമുള്ള വരികൾ മലയാളത്തിൽ എഴുതി
ചേർത്തിരിക്കുന്നു. പാകിസ്ഥാനെക്കുറിച്ചുള്ള തന്റെ വീക്ഷണങ്ങളും
സോഷ്യലിസ്റ്റ് വ്യവസ്ഥിതിയോടും ബോൾഷെവിക് വിപ്ലവത്തോടുമുള്ള
സമീപനവും ഉൾക്കൊള്ളിച്ചിരിക്കുന്നു.

ഇഖ്ബാലിനെ കുറിച്ചുള്ള പല കൃതികളും മലയാളത്തിൽ പ്രസി
ദ്ധീകൃതമായിട്ടുണ്ടെങ്കിലും ഇഖ്ബാലിന്റെ ജീവചരിത്രവും രാഷ്ട്രീയ
വീക്ഷണങ്ങളും മനസ്സിലാക്കാൻ ഈ കൃതി ഏറെ ഉപകരിക്കുമെന്ന് പ്രതീ
ക്ഷിക്കുകയാണ്.

ഹുസൈൻ രണ്ടത്താണി

1

ഇഖ്ബാൽ ജീവചരിത്രം

കവി, ചിന്തകൻ, മുസ്ലീം നവോത്ഥാന നായകൻ എന്നീ നിലകളി ലെല്ലാം വ്യക്തിമുദ്ര പതിപ്പിച്ച അല്ലാമാ സർ ശയ്ഖ് മുഹമ്മദ് ഇഖ്ബാൽ 1877 നവംബർ ഒമ്പതിന് പഞ്ചാബിലെ സിയാൽകോട്ടിൽ ജനിച്ചു. 1876 ലാണ് ജനനമെന്ന് അഭിപ്രായമുണ്ടെങ്കിലും എസ് എ വഹീദിന്റെ ആധി കാരിക പഠനം 1877 ലാണെന്ന് ഉറപ്പിക്കുന്നു. കശ്മീരിലെ സപ്രു വിഭാ ഗത്തിൽപ്പെട്ട ബ്രാഹ്മണരാണ് പൂർവ്വികർ. അവർ പതിനേഴാം നൂറ്റാണ്ടിൽ ഇസ്ലാം മതം സ്വീകരിച്ചു. കശ്മീരിലെ ലുഹാർ ഗ്രാമത്തിൽനിന്നും പിതാ മഹൻ ശയ്ഖ് മുഹമ്മദ് റഫീഖും മൂന്നു സഹോദരന്മാരും പത്തൊമ്പതാം നൂറ്റാണ്ടിൽ സിയാൽകോട്ടിലെത്തി. കശ്മീർ ഷാളിന്റെ നിർമ്മാണമായി രുന്നു കുടുംബത്തിന്.

മുഹമ്മദ് റഫീഖിന് മൂന്നു മക്കൾ- ശയ്ഖ് നൂർ മുഹമ്മദ്, ശയ്ഖ് ഗുലാം ഖാദിർ, ശയ്ഖ് ഗുലാം മുഹമ്മദ്. എല്ലാവരും സിയാൽകോട്ടിൽ ജനിച്ചു. ശയ്ഖ് റഫീഖ് സിയാൽകോട്ടിൽ തൊപ്പിയും പർദ്ദയും വില്ക്കുന്ന കട തുടങ്ങി. മൂത്ത മകൻ നൂർ മുഹമ്മദ് (ഇഖ്ബാലിന്റെ പിതാവ്) ടെയ്ലറിങ്ങും എംബ്രോയ്ഡറിയും പഠിച്ചു. പർദ്ദയുടെ തല മൂടി (നിഖാബ്) നിർമ്മാണത്തിൽ വൈദഗ്ദ്ധ്യവും നേടി. ഇളയമകൻ ശയ്ഖ് ഗുലാം മുഹമ്മദിന് റുപാറിലെ (പഞ്ചാബ്) കനാൽ വകുപ്പിൽ ജോലിയായി. റുപാറിലേക്ക് പുത്രനെ കാണാൻ ചെന്നപ്പോഴാണ് ശയ്ഖ് റഫീഖ് മരിച്ചത്. ഗുലാം മുഹമ്മദ് കോളറ മൂലവും മരിച്ചു. രണ്ടു പേരു ടെയും ഖബറിടങ്ങൾ റുപാറിലാണ്.

ഇഖ്ബാലിന്റെ പിതാവ് നൂർ മുഹമ്മദിന് മൂക്കിനകത്ത് ഒരു പ്രത്യേക ദ്വാരമുള്ളതുകൊണ്ട് ജനങ്ങൾ നാത്തു എന്നു വിളിച്ചു. സൂഫി മാർഗ്ഗം സ്വീകരിച്ച അദ്ദേഹം നന്നായി വസ്ത്രം ധരിച്ചിരുന്നു. വെളുത്ത

നീണ്ട താടി. ആരെയും ആകർഷിക്കുന്ന മുഖഭാവം, സ്വയം പരിശീലന ത്തിലൂടെ അദ്ദേഹം ജ്ഞാനിയായി സൂഫികളോടൊപ്പം കഴിഞ്ഞു. വിദ്യാ ഭ്യാസം നേടാത്ത ചിന്തകൻ എന്ന് അദ്ദേഹത്തെ വിളിക്കുമായിരുന്നു.

ഇഖ്ബാലിന്റെ മാതാവ് ഇമാം ബീവി മതഭക്തയായിരുന്നു. പാവ പ്പെട്ട കുടുംബത്തിലെ അംഗമായിരുന്നതിനാൽ വിദ്യാഭ്യാസമൊന്നും നേടി യില്ല. മതപരമായി കുറച്ചൊക്കെ പഠിച്ചെന്നുമാത്രം. ഇഖ്ബാലിന്റെ മാതാ പിതാക്കൾക്ക് അഞ്ചുമക്കൾ. രണ്ട് ആണും മൂന്നു പെണ്ണും. ആൺമ ക്കൾ ശയ്ഖ് അത്വാ മുഹമ്മദും ശയ്ഖ് മുഹമ്മദ് ഇഖ്ബാലും. മാതാവ് 1914 നവംബർ ഒമ്പതിന് മരിച്ചു.

നല്ല ബിസിനസുകാരനായിരുന്നെങ്കിലും പിതാവ് നൂർ മുഹമ്മദ് പല പ്പോഴും സാമ്പത്തിക പ്രതിസന്ധിയിൽ കുടുങ്ങി. മൂത്തമകൻ അത്വാ മുഹമ്മദിന് ദാരിദ്ര്യം മൂലം പത്താംക്ലാസ് വരെപ്പോലും പഠിക്കാനായി ല്ല, ചെറുപ്പത്തിൽത്തന്നെ ഇന്ത്യൻ ആർമിയിലെ ഓഫീസറുടെ മകളെ അത്വാ വിവാഹം ചെയ്തു. ഭാര്യാപിതാവിന്റെ സ്വാധീനത്താൽ തുടർന്ന് പഠിച്ചു. റൂർക്കിയിലെ എഞ്ചിനീയറിങ് സ്കൂളിൽ സീറ്റുകിട്ടി. ബിരുദ ത്തിനുശേഷം സൈന്യത്തിൽ ചേർന്നു. മെക്കാനിക്കൽ എഞ്ചിനീയറിങ് സർവ്വീസിലെ ഓവർസിയറായി ജോലിചെയ്തു. അത്യാവശ്യം വരുമാ നവുമായി അത്വാ മുഹമ്മദാണ് ഇഖ്ബാലിന്റെ വിദ്യാഭ്യാസഭാരം ഏറ്റെ ടുത്തത്. ജ്യേഷ്ഠന്റെ സഹായത്തോടെയാണ് ഇഖ്ബാൽ പഠനം പൂർത്തി യാക്കിയത്.

ഇഖ്ബാലിന്റെ ജനനത്തെക്കുറിച്ച് തനിക്ക് സ്വപ്നദർശനമുണ്ടാ യെന്ന് പിതാവ് പറയുന്നു. ഒരു മൈതാനത്ത് വലിയൊരു ജനക്കൂട്ടത്തെ അദ്ദേഹം കാണുന്നു. തലയ്ക്കുമീതെ ആകർഷകനിറമുള്ള ഒരു പക്ഷി പാറിക്കളിക്കുന്നു. എല്ലാവരും അതിനെ പിടിക്കാൻ ശ്രമിച്ചു. കഴിഞ്ഞി ല്ല. അവസാനമതാ നൂർ മുഹമ്മദിന്റെ വലതുകൈയിൽ പക്ഷി വന്നിരു ന്നു. ഇതാണ് സ്വപ്നം.

സിയാൽകോട്ടിൽ

ഇഖ്ബാലിന്റെ കുട്ടിക്കാലം സിയാൽകോട്ടിലായിരുന്നു. സംഭാഷണ ചാതുരികൊണ്ടും തമാശകൊണ്ടും ഇഖ്ബാൽ എല്ലാവരെയും വശീക രിച്ചു. കുരുവികളെയും പ്രാവുകളെയും സ്നേഹിച്ചിരുന്നു. പഠിക്കുമ്പോ ഴൊക്കെ ഒരു കൈയിൽ കിളിക്കുഞ്ഞുണ്ടാവും. ഒരിക്കൽ ഗുരുനാഥൻ മൗലവി നൂർഹസൻ ചോദിച്ചു: "പക്ഷിക്കുഞ്ഞിനെ കൈയിൽ വെച്ചാൽ എന്താണിത്ര സുഖം?"

ഇഖ്ബാൽ: "അങ്ങുതന്നെ ഇതിനെ കൈയിൽവെച്ച് സുഖമെന്താ ണെന്ന് മനസ്സിലാക്കൂ."

പരമ്പരാഗത രീതിയിലാണ് ഇഖ്ബാൽ വിദ്യാഭ്യാസം തുടങ്ങിയത്. മാതാപിതാക്കൾ പുത്രനെ മീർ ഹസന്റെ ഓത്തുപള്ളിയിലേക്കയച്ചു. സമീപമുള്ള ഓത്തുപള്ളിയിൽ നിന്ന് ഖുർആൻ പഠിച്ചു. അന്ന് സിയാൽ

കോട്ടിൽ നാല് ഓത്തുപള്ളികളുണ്ട്. അതിൽ മീർ ഹസന്റേതിൽ മാത്ര
മാണ് ഖുർആനു പുറമെ അറബി പേർഷ്യൻ സാഹിത്യങ്ങൾ പഠിപ്പിച്ചി
രുന്നത്. ഇത് ഇഖ്ബാലിൽ സാഹിത്യ വാസന ജനിപ്പിച്ചു.

മീർ ഹസൻ (1844-1929) ശിഷ്യന്റെ കഴിവുകൾ തൊട്ടറിഞ്ഞിരുന്നു.
പേർഷ്യൻ അറബി സാഹിത്യത്തിൽ നിപുണനായ മീർ, സർ സയ്യിദിന്റെ
അലീഗഢ് പ്രസ്ഥാനത്തോട് അനുകമ്പയുള്ളയാളുമാണ്.

ഇഖ്ബാലിന്റെ ചെറുപ്പകാലത്ത് ഓത്തുപള്ളികൾ അസ്തമിച്ചു തുട
ങ്ങിയിരുന്നു. സ്കോട്ടിഷ് മിഷിനറിയുടെ വക സിയാൽകോട്ടിൽ സ്കോച്ച്
മിഷൻ ഹൈസ്കൂൾ വന്നു. അത് പിന്നീട് സ്കോച്ച് മിഷൻ കോളേ
ജായി.

ഭാഗ്യത്തിന് ഇഖ്ബാലിന്റെ പിതാവ് നൂർ ഹസനും അദ്ധ്യാപകൻ
മീർ ഹസനും സദർ ബസാറിലെ മീർ ഹുസാമുദ്ദീൻ തെരുവിലാണ് താമ
സിച്ചിരുന്നത്. രണ്ടുപേരും സുഹൃത്തുക്കളും. ഇഖ്ബാലിനെ മിഷൻ
ഹൈസ്കൂളിൽ അയയ്ക്കാൻ മീർ ഹസൻ നൂർ മുഹമ്മദിനെ ഉപദേശി
ച്ചു. ഈ സ്കൂളിൽ അറബി പേർഷ്യൻ അദ്ധ്യാപകനായി മീർ ഹസനു
ജോലികിട്ടുകയും ചെയ്തു. ഇവിടന്നാണ് ഇഖ്ബാൽ ഇന്റർമീഡിയറ്റ്
പാസായത്. ഇഖ്ബാലിന്റെ ഓരോ കാൽവയ്പിനും മീർ ഹസൻ
ആശീർവാദം നൽകി. പൗരസ്ത്യസാഹിത്യത്തിലും ഇസ്ലാമിക ചരിത്ര
ത്തിലും അവഗാഹം നേടി. മെട്രിക്കുലേഷൻ പരീക്ഷ (എൻട്രൻസ് പരീ
ക്ഷ) യിൽ (1893) ഡിസ്റ്റിങ്ഷനോടെ പാസായി. സ്കൂളിന്റെ വക
അവാർഡും കിട്ടി. 1893 മെയ് അഞ്ചിന് ആർട്സ് വിഭാഗത്തിൽ പഠനമാ
രംഭിച്ചു.

ക്ലാസ് വിട്ടാൽ ഇഖ്ബാൽ മീർ ഹസന്റെ വീട്ടിലെത്തും. അറബി-
പേർഷ്യൻ, ഉർദു കവിതകൾ ഹൃദിസ്ഥമുള്ള മൗലവി പലതും ഇഖ്ബാ
ലിനെ കേൾപ്പിക്കും. കവിതയുടെ ആകർഷണത്തെക്കുറിച്ചും സംഗീതാ
ത്മകതയെക്കുറിച്ചുമെല്ലാം ഇഖ്ബാൽ മീർ ഹസനിൽ നിന്നാണ് പഠിച്ച
ത്. മിഷൻ കോളേജിൽ പഠിക്കുന്ന കാലത്തു തന്നെ ഇഖ്ബാൽ ഉർദു
കവിതകൾ രചിക്കാൻ തുടങ്ങിയിരുന്നു.

കവിതാ രചനയിൽ ഇഖ്ബാലിന്റെ മുഖ്യഗുരു ഉർദു കവി നവാബ്
മിർസാ ഖാൻദാഗ് (1803-1905) ആണ്. യുവ ഉർദു കവികൾ അവരുടെ
കവിതകൾ അഭിപ്രായത്തിനായി ദാഗിനയച്ചു കൊടുക്കുമായിരുന്നു. കവി
കളെ പ്രോത്സാഹിപ്പിക്കാനായി ദാഗ് തന്റെ വീട്ടിൽ ഒരു സെക്രട്ടേറിയറ്റ്
തന്നെ തുടങ്ങി.

ദാഗിന്റെ കവിതകൾ അത്ര ചിന്താപരമായിരുന്നില്ല. പക്ഷേ, ഭാഷയും
ശൈലിയും സരളവും പ്രാസനിബദ്ധവുമാണ്. ഇഖ്ബാൽ തന്റെ കവി
തകൾ ദാഗിനയച്ചു കൊടുക്കുമായിരുന്നു.

1895 ൽ സ്കോച്ച് മിഷൻ കോളേജിൽ നിന്ന് ഫെല്ലോ ഓഫ് ആർട്സ്
പരീക്ഷ ജയിച്ചു. അതേവർഷം തന്നെ ഉന്നത വിദ്യാഭ്യാസത്തിനായി
ലാഹോറിൽ വന്നു. അവിടെ ഫിലോസഫി, സാഹിത്യം, ഇസ്ലാമിക

ചരിത്രം എന്നിവ ഉൾക്കൊള്ളുന്ന ബി എ ഡിഗ്രിക്ക് ചേർന്നു. 1897 ൽ ബി എ ജയിച്ചു. ഏറ്റവും കൂടുതൽ മാർക്ക് ലഭിച്ചതിന് രണ്ട് സ്വർണ്ണ മെഡലുകളും ലഭിച്ചു. 1899 ൽ പഞ്ചാബ് യൂണിവേഴ്സിറ്റിയിൽ നിന്ന് ഫിലോസഫിയിൽ ബിരുദാനന്തര ബിരുദം നേടി. ഇക്കാലത്ത് തന്നെ ലാഹോറിൽ ഇഖ്ബാലിന്റെ കവിതകൾ ശ്രദ്ധിക്കപ്പെട്ടിരുന്നു.

ഇരുപത്തിരണ്ടാം വയസ്സിൽ ഇഖ്ബാൽ കവിതാരംഗത്ത് ശ്രദ്ധേയ നായി മാറി. ഉർദു സാഹിത്യം പുഷ്ടിപ്പെടുന്ന കാലമായിരുന്നു. ലാഹോ റിലെ ഭട്ടി ഗെയ്റ്റിൽ വർഷംതോറും നടക്കുന്ന 'മുശായിറ' (കവിസദ സ്സ്) യിൽ ഇഖ്ബാലും പങ്കെടുത്തുവന്നു. ആദ്യമായി അദ്ദേഹം ചൊല്ലിയ ഗസൽ:

> "മോതീ സമജ് കേശാൻ
> കരീമീ നേ ചുൻലിയേ
> ഖത്റേ ജോതേ മേനേ
> ഇർഘേ ഇൻഫീ ആൽകേ."

ലാഹോർ ഗവൺമെന്റ് കോളേജിൽ ഇഖ്ബാലിനെ ഏറെ സ്വാധീ നിച്ചത് തന്റെ ഗുരുവും ഫിലോസഫി ഇസ്ലാമിക ചരിത്ര വിഭാഗം പ്രൊഫ സറുമായ സർ ആർണോൾഡ് ആണ്. അലീഗഢിലെ മുഹമ്മദൻ ആംഗ്ലോ ഓറിയന്റൽ കോളേജിൽ പത്തുകൊല്ലം പഠിപ്പിച്ച ആർണോൾഡ് 1898 ഫെബ്രുവരിയിൽ ലാഹോർ കോളേജിൽ പ്രൊഫസറായി. പാശ്ചാത്യ സംസ്കാരത്തെ അടുത്തറിയാൻ ആർണോൾഡുമായുള്ള ബന്ധം സഹായകമായി. ആധുനിക വിമർശന പഠനങ്ങളുമായി ഇഖ്ബാൽ ബന്ധ പ്പെട്ടു. ലണ്ടനിലെ പഠനത്തിന് ഇഖ്ബാലിനെ പ്രചോദിപ്പിച്ചതും ആർണോൾഡ് തന്നെ. 1904 ൽ അദ്ദേഹം ഇംഗ്ലണ്ടിലേക്ക് യാത്രയായ പ്പോൾ 'വേർപാടിന്റെ വിലാപം' (നാലായെ ഫിറാഖ്) എന്ന പേരിൽ ഇഖ്ബാൽ ഒരു കവിത ചൊല്ലി.

1899 മേയിൽ ലാഹോറിലെ യൂണിവേഴ്സിറ്റി ഓറിയന്റൽ കോളേ ജിൽ അറബിക് റീഡറായി സേവനം തുടങ്ങി. ശമ്പളം മാസാന്തം 73 രൂപ. അറബി കൂടാതെ ചരിത്രവും സാമ്പത്തികവും പഠിപ്പിച്ചു. അറബി സാഹിത്യത്തിൽ നിപുണനല്ലെങ്കിലും അപ്പോൾ പ്രിൻസിപ്പൽ ആയിരുന്ന ആർണോൾഡിന്റെ നിർദ്ദേശപ്രകാരമാണ് അറബി അദ്ധ്യാപകനായത്. 1904 മാർച്ചിൽ ഈ സേവനം മതിയാക്കി ലാഹോറിലെ ഗവൺമെന്റ് കോളേജിലും ഇസ്ലാമിയ കോളേജിലും ഒരേസമയം ഇംഗ്ലീഷ് പ്രൊഫ സറായി.

അക്കാലത്ത് യൂണിവേഴ്സിറ്റി അദ്ധ്യാപനത്തിന് രണ്ടാം സ്ഥാന മേയുള്ളൂ. സിവിൽ സർവ്വീസിനും അഭിഭാഷകവൃത്തിക്കുമാണ് പ്രഥമ സ്ഥാനം.

ഫിലോസഫിയിലെ മാസ്റ്റേഴ്സ് കോഴ്സിനോടൊപ്പം നിയമ ബിരു ദത്തിനും ഇഖ്ബാൽ പയറ്റിനോക്കി. പക്ഷേ നിയമബിരുദത്തിനുള്ള പ്രഥ

മിക പരീക്ഷയിൽ തോറ്റു. രണ്ടുവർഷം കഴിഞ്ഞപ്പോൾ ഓറിയന്റൽ കോളേജിലെ അദ്ധ്യാപകനായിരിക്കേ, വീണ്ടും അഭിഭാഷക പരീക്ഷ യെഴുതാൻ അനുവദിക്കണമെന്ന് ലാഹോറിലുള്ള പഞ്ചാബ് ചീഫ് കോർട്ടിലെ ചീഫ് ജസ്റ്റിസിന് അപേക്ഷിച്ചു. പക്ഷേ അനുവാദം കിട്ടിയി ല്ല. ഒടുവിൽ ഇംഗ്ലണ്ടിൽ വെച്ചാണ് നിയമപഠനം പൂർത്തിയാക്കിയത്.

1901 ൽ അഡീഷണൽ അസിസ്റ്റന്റ് കമ്മീഷണറുടെ പോസ്റ്റിലേക്ക് മത്സരപരീക്ഷയെഴുതിയെങ്കിലും ജയിച്ചില്ല. മെഡിക്കൽ ഫിറ്റ്നസ് കിട്ടാ ത്തതായിരുന്നു കാരണം. കഴിവുള്ള പലരും മെഡിക്കൽ ഫിറ്റ്നസിൽ പരാജയപ്പെടുന്നത് ഗൂഢാലോചനയുടെ ഫലമാണെന്ന് ആരോപണമു ണ്ടായിരുന്നു. ഇഖ്ബാലിന് ഒരു ആരോഗ്യപ്രശ്നവുമുണ്ടായിരുന്നില്ല.

കൊളോണിയലിസത്തിന്റെ ഗൂഢശ്രമങ്ങൾ തനിക്ക് അവസരം നിഷേധിച്ചെങ്കിലും അദ്ദേഹം നിരാശനായില്ല. ആയിടയ്ക്ക് മിലിട്ടറി ഡിപ്പാർട്ടുമെന്റിലെ ഓഫീസറായിരുന്ന സഹോദരൻ ശയ്ഖ് അത്വാമു ഹമ്മദിനെ അസൂയാലുക്കളായ ചില സഹപ്രവർത്തകർ കേസിൽ കുടു ക്കാൻ ശ്രമിച്ചത് ഇഖ്ബാലിനെ വേദനിപ്പിച്ചു. തന്റെ നിരപരാധിത്വം അദ്ദേഹം വൈസ്രോയി കഴ്സൺ പ്രഭുവിനെ അറിയിച്ചു. കേസ് നിർ ത്തിവയ്ക്കാൻ വൈസ്രോയി ഉത്തരവിട്ടു. എങ്കിലും സഹോദരനോടു സഹപ്രവർത്തകർ ചെയ്ത വഞ്ചന ഇഖ്ബാലിന് സഹിക്കാവുന്നതിലു മപ്പുറമായിരുന്നു. വ്രണിത ചിത്തനായ ഇഖ്ബാൽ ഹസ്റത് നിസാമു ദ്ദീൻ ഔലിയയുടെ (ദൽഹി) ദർഗ്ഗയിലെത്തി. അവിടെവെച്ച് വിലാപ കാവ്യം (ബർഗേഗുൽ) ആലപിച്ചുകൊണ്ട് ദീർഘമായ പ്രാർത്ഥന നട ത്തി.

ഇഖ്ബാലിന്റെ ഇംഗ്ലണ്ട് പഠനത്തിന്റെ മുഴുവൻ ചെലവും വഹി ച്ചത് സഹോദരൻ ശയ്ഖ് അത്വാ തന്നെയാണ്. സഹോദരന് പ്രത്യു പകാരം ചെയ്യാനുള്ള ഒരവസരവും അദ്ദേഹം പാഴാക്കിയില്ല. സഹോദ രൻ ജോലിയിൽ നിന്ന് വിരമിച്ച കാലത്ത് പണത്തിന് ബുദ്ധിമുട്ട് നേരി ടുമ്പോൾ ഇഖ്ബാൽ സഹോദരനെ സഹായിച്ചുകൊണ്ടിരുന്നു. ഇന്ത്യ യിൽ തിരിച്ചുവന്നപ്പോൾ അലീഗഢിലും ലാഹോറിലും പല ഓഫറുകളും ലഭിച്ചെങ്കിലും ഇഖ്ബാൽ സ്വീകരിച്ചില്ല. അടിമരാജ്യമായ ഇന്ത്യയിലെ താമസം തന്നെ ഇഖ്ബാൽ ഇഷ്ടപ്പെട്ടില്ല. യൂറോപ്പിലേക്കു തന്നെ പുറ പ്പെട്ടു.

ഉർദു കവിയെന്ന നിലയ്ക്കും ചിന്തകനെന്ന നിലയ്ക്കും ഇഖ്ബാൽ ഇതിനകം പ്രസിദ്ധിനേടിയിരുന്നു. 1900 ത്തിൽ ലാഹോറിൽ നടന്ന അഞ്ചു മൻ ഹിമായത്തെ ഇസ്ലാമിയുടെ വാർഷിക സമ്മേളനത്തിൽ ഇഖ്ബാൽ പാടിയ നാലായെ യതീം (അനാഥയുടെ വിലാപം) കേട്ട് സദസ്യരാകെ വിങ്ങിപ്പൊട്ടി. അദ്ധ്യക്ഷൻ മൗലാനാ നാളിർ അഹ്മദ് ഇഖ്ബാലിനെ മുക്ത കണ്ഠം പ്രശംസിച്ചു.

അഞ്ചുമന്റെ തുടർന്നുള്ള സമ്മേളനത്തിൽ അദ്ദേഹം 'യതീം കാ ഖത്വബ് ഹിലാൽ ഈദ് സേ' (പെരുന്നാൾ ചന്ദ്രികയോടുള്ള അനാഥ

യുടെ അഭ്യർത്ഥന-1901), ഇസ്ലാമിയ കോളേജ് കാ ഖത്വബ് പഞ്ചാബ് കീ മുസൽമാനോം സെ (പഞ്ചാബിലെ മുസൽമാൻമാരോടുള്ള ഇസ്ലാമിയ കോളേജിന്റെ അഭ്യർത്ഥന), ദീൻ ഒ ദുൻയാ (മതവും ലോകവും 1902) അബ്റേ ഗുഹർബാർ (വർഷിക്കുന്ന മുത്തുമേഘങ്ങൾ, 1903), തസ്‌വീറേ ദർദ് (വേദനയുടെ ചിത്രം 1904) തുടങ്ങിയ കവിതകൾ ചൊല്ലി പ്രശസ്തി നേടി.

ഇക്കാലത്ത് ഒരു ദേശീയകവി എന്ന പേരിലും ഇഖ്ബാൽ പ്രശസ്തി നേടി. ഹിന്ദു-മുസ്ലീം സൗഹൃദത്തിനായി അദ്ദേഹം തൂലികയെടുത്തു. തരാനേ ഹിന്ദ്, ഹിന്ദുസ്ഥാനീ ബച്ചോം കാ ഖൗമീ ഗീത്, നയാശിവാല എന്നിവ ശ്രദ്ധേയമായ ദേശീയ കവിതകളാണ്.

യൂറോപ്പിൽ

തോമസ് ആർണോൾഡിന്റെ ഉപദേശപ്രകാരം 1905 ൽ ഇഖ്ബാൽ യൂറോപ്പിലേക്കു നീങ്ങി. കപ്പലേറുന്നതിന് മുമ്പ് ഹസ്രത് നിസാമുദ്ദീൻ ഔലിയയുടെ ദർഗ്ഗയിലെത്തി. ഏറെനേരം ഖബറിടത്തിന്റെ ശിരോഭാഗത്തിരുന്നുകൊണ്ട് ദീർഘമായ കവിത (ഇൽതജായെ മുസാഫിർ- യാത്രക്കാരന്റെ അപേക്ഷ) ആലപിച്ചു. തന്റെ യാത്ര മംഗളമാകുന്നതിനായി പ്രാർത്ഥിച്ചു.

ഫെരിശ്തേ പഢ്തേ ഹെ ജിസ് കോ ഹാ നാം ഹെ തെരാ
ബഠീ ജനാബ് തെരീ ഫൈസ് ആം ഹെ തെരാ
സിതാരേ ഇശ്ഖ് കെ തെരീ കശീശ് സെ ഹെ ഖാഇം
നിസാമേ മഹർ കീ സൂറത് നിസാം ഹെ തെരാ
(മാലാഖമാരോതുന്നതോ നിന്റെ മഹാ നാമം
നിന്നുമ്മറപ്പടിയെത്രയുന്നതം; ദയാവായ്പോ മഹാ ദാനശീലം
നിന്റെ സ്നേഹത്തിൽ ഭ്രമിച്ചുപോയി നക്ഷത്രങ്ങൾ നിശ്ചലം
നിന്റെ ആകർഷണ വിശേഷം അർക്കന് സമാനമല്ലയോ)

ഇംഗ്ലണ്ടിൽ വച്ച് കവിതയെഴുത്ത് നിറുത്താൻ തുനിഞ്ഞെങ്കിലും സ്നേഹിതൻ സർ അബ്ദുർ ഖാദിറിന്റെയും ആർണോൾഡിന്റെയും നിർബ്ബന്ധത്തിന് വിധേയമായി ആ തീരുമാനം പിൻവലിച്ചു.

യൂറോപ്പിൽ വച്ചാണ് പേർഷ്യനിൽ കവിതയെഴുതാൻ തുടങ്ങിയത്. *അസ്‌റാറേ ഖുദീ (സ്വത്വരഹസ്യങ്ങൾ)*യാണ് ആദ്യത്തെ പേർഷ്യൻ സമാഹാരം.

ഇംഗ്ലണ്ടിലും ജർമ്മനിയിലും ഇഖ്ബാൽ പഠിച്ചു. ഇംഗ്ലണ്ടിൽ ലിങ്കൺസ് ഇന്നിൽ വക്കീൽ പഠനം തുടർന്നു. എം എക്കാരനായ ഇഖ്ബാൽ ഫിലോസഫിയിൽ ബി എ ബിരുദത്തിനായി കേംബ്രിഡ്ജ് യൂണിവേഴ്സിറ്റിയുടെ കീഴിലുള്ള ട്രിനിറ്റി കോളേജിലും ചേർന്നു. ഫിലോസഫിയിലുള്ള ഗവേഷണ പ്രബന്ധം സമർപ്പിച്ചത് ജർമ്മനിയിലെ

മ്യൂനിച്ച് യൂണിവേഴ്സിറ്റിയിലാണ്. *ദി ഡെവലപ്മെന്റ് ഓഫ് മെറ്റാഫി സിക്സ് ഇൻ പേർഷ്യ (പേർഷ്യയിൽ ആധ്യാത്മികതയുടെ വളർച്ച)* എന്നതാണ് പ്രബന്ധം. സൂപ്പർവൈസർ പ്രൊഫ. എഫ് ഹോമൽ സഹായി പ്രൊഫ. ഫ്രാങ്ക്ലിൻ. 1907 നവംബർ 4 നാണ് ഡോക്ടറേറ്റ് അവാർഡ് ചെയ്തത്. 1908 ൽ ലണ്ടനിൽ വച്ച് പ്രബന്ധം പ്രസിദ്ധീകരി ക്കുകയും ചെയ്തു.

കേംബ്രിഡ്ജിലെ നിയോ ഹെഗലിയൻ ചിന്തകരായ ജോൺ മാക് തഗ്ഗാർട്ട്, ജെയിംസ് ഹർഡ് തുടങ്ങിയവരുമായി ഇഖ്ബാൽ ബന്ധപ്പെട്ടു. അന്ന് പ്രസിദ്ധ ഓറിയന്റലിസ്റ്റുകളായ ഇ ജി ബ്രൗൺ, ആർ എ നിക്കൾസൺ എന്നിവരും കേംബ്രിഡ്ജിലുണ്ട്. ഇവരോടെല്ലാം ബന്ധ പ്പെടാനാണ് ഇഖ്ബാൽ ബി എക്ക് ചേർന്നത്. ജർമ്മനിയിലെ ഹെയ്ഡൽബർഗ്ഗ് യൂണിവേഴ്സിറ്റിയിലും അദ്ദേഹം പഠിച്ചു. ജർമ്മൻ ഭാഷ യിൽ അതീവനൈപുണ്യം നേടിയിരുന്നു. ഇതേ കാലയളവിലാണ് അലീ ഗഢിലെ മുൻ പ്രിൻസിപ്പൽ മിസ്റ്റർ ബെക്കിന്റെ വസതിയിൽ വെച്ച് ഇന്ത്യൻ എഴുത്തുകാരിയായ മിസ് അതിയ്യ ബീഗത്തെ കണ്ടുമുട്ടുന്നത്. ഈ ബന്ധം ഏറെക്കാലം നീണ്ടുനിന്നു.

വിവാഹം

1892 ലാണ് ഇഖ്ബാലിന്റെ ആദ്യ വിവാഹം. ഭാര്യ ഗുജറാത്തിലെ ഭിഷഗ്വരൻ ഖാൻബഹാദൂർ അത്വാ മുഹമ്മദ് ഖാന്റെ പുത്രി കരീം ബീബി. ഇവരിൽ മൂന്നു മക്കൾ പിറന്നു. 1895 ൽ ജനിച്ച മൂത്ത പുത്രി മിഅ്റാജ് ബീഗത്തിന് (മരണം 1914) പിതാവിന്റെ അതേ ഛായ. രണ്ടാമത്തെയാൾ അഫ്താബ് 1899 ൽ പിറന്നു. ലണ്ടൻ യൂണിവേഴ്സിറ്റിയിൽ നിന്ന് അഫ്താബ് തത്ത്വചിന്തയിൽ ബിരുദംനേടി. (1923) രണ്ടുവർഷത്തിനു ശേഷം പോസ്റ്റ് ഗ്രാജ്വേഷൻ. പിന്നെ ബാരിസ്റ്ററായി ലണ്ടനിലെ ലിങ്കൺസ് ഇന്നിൽ പ്രാക്ടീസ് തുടങ്ങി. കറാച്ചിയിൽ ഇന്റർനാഷണൽ കോർപ്പറേ ഷൻ ലോയറായും സേവനം ചെയ്തു. 1901 ൽ ജനിച്ച മൂന്നാമത്തെ പുത്രൻ പിറന്നപാടെ മരണപ്പെട്ടു.

ഇരുപത് വർഷം ഈ ബന്ധം നിലനിന്നു. പിന്നീട് അസ്വാസ്ഥ്യ ങ്ങൾ തുടങ്ങി. ഇഖ്ബാൽ 1908 ൽ ഇംഗ്ലണ്ടിൽ നിന്ന് നാട്ടിൽ തിരിച്ചെ ത്തിയതോടെ പ്രശ്നം സങ്കീർണ്ണമായി. അവസാനം 1916 ൽ കരീം ബീബിയെ പിരിഞ്ഞു. എങ്കിലും ഇഖ്ബാൽ മരിക്കും വരെ (1938) കരീം ബീബിക്ക് സംരക്ഷണച്ചെലവ് നല്കിയിരുന്നു. 1946 ഫെബ്രുവരി 28 നാൺ ബീബി മരിച്ചത്. മകൻ അഫ്താബ് ഉമ്മയോടൊപ്പമാണ് കഴി ഞ്ഞതെങ്കിലും പിതാവുമായി നല്ല ബന്ധം പുലർത്തി.

അതിയ്യ ബീഗം

ഇഖ്ബാലിനെ വളരെയേറെ സ്വാധീനിച്ച വനിതയാണ് മിസ്. അതിയ്യ ബീഗം. ലണ്ടനിലെ താമസക്കാലത്ത് അതിയ്യ ബീഗം ഇഖ്ബാലുമായി

ഏറെ അടുത്തു. ബുദ്ധിമതിയായ ഈ യുവതി ലണ്ടനിൽ പഠിക്കുകയാ യിരുന്നു. അലീഗഢ് കോളേജിലെ പ്രിൻസിപ്പലായിരുന്ന ഇംഗ്ലീഷുകാ രൻ മിസ്റ്റർ ബെക്കിന്റെ സഹോദരിയുടെ വീട്ടിൽ വെച്ചാണ് ആദ്യ പരിച യം. ഈ സഹോദരി (മിസ്. ബെക്)യാണ് ലണ്ടനിലെ ഇന്ത്യൻ വിദ്യാർത്ഥികളുടെ കാര്യങ്ങൾ നോക്കി നടത്തുന്നത്. ലണ്ടനിലെ ക്രോംവെൽ റോഡിലെ ഇന്ത്യൻ ഹോസ്റ്റലാണ് രംഗം. പേർഷ്യൻ, സംസ്കൃത, അറബീ ഭാഷകളിൽ പ്രവീണനും ചിന്തകനുമായ ഇഖ്ബാ ലിന്റെ വ്യക്തിത്വം അതിയ്യയെ നന്നേ ആകർഷിച്ചു.

ഇസ്ലാമിലെ ശിയാ കുടുംബത്തിൽപ്പെട്ട അതിയ്യ ബോംബെയിലെ തയ്യബ്ജി കുടുംബത്തിലെ ഫൈസീ വംശത്തിൽ പെട്ടവരാണ്. കേംബ്രി ഡ്ജിലും ജർമ്മനിയിലും അതിയ്യ ഇഖ്ബാലിനെ അനുഗമിക്കുകയും അറബി-പേർഷ്യൻ സാഹിത്യങ്ങൾ പഠിക്കുകയും ചെയ്തു. അതോ ടൊപ്പം തത്ത്വചിന്തയിലും അവർ പ്രാവീണ്യം നേടി.

ഇന്ത്യയിലായിരുന്നപ്പോൾ അതിയ്യ ഇഖ്ബാലുമായി ബന്ധപ്പെടു മായിരുന്നു. ദക്കാനിലെ നവാബ് സൈദി അഹ്മദ് ഖാദിർ അതിയ്യയുടെ സഹോദരീഭർത്താവായിരുന്നു. ചിലപ്പോൾ സഹോദരീ റഫിയ്യ സുൽത്താനും കൂടെയുണ്ടാവും. മ്യൂനിച്ചിലായിരുന്നപ്പോൾ ഇഖ്ബാൽ അതിയ്യക്ക് ഒരു കാവ്യമെഴുതി:

"ഹേ, രാക്കുയിൽ! ആ പൂവിന്റെ
അനുധാവനം എന്നെ
അസ്വസ്ഥനാക്കിയിരിക്കുന്നു
ഭാഗ്യവശാൽ ആ പൂവിനെ ഞാൻ
കണ്ടെത്തിയിരിക്കുന്നു
സ്നേഹത്തിന്റെ ഘർഷണം
എന്റെ കണ്ണാടിയിലേക്ക്
പ്രസരിച്ചിരിക്കുന്നു.
ഈ കണ്ണാടിയിൽ എന്റെ
പ്രിയപ്പെട്ടവളുടെ പ്രതിബിംബം
പതിഞ്ഞിരിക്കുന്നു."

അതിയ്യ, ഇഖ്ബാലിൽ അനുരക്തയായിരുന്നുവെന്ന് വേണം പറ യാൻ. സർദാർ ബീഗവുമായി ഇഖ്ബാലിന്റെ രണ്ടാംവിവാഹം ഉറപ്പിച്ച പ്പോൾ അതിയ്യ അതിഷ്ടപ്പെട്ടിരുന്നില്ലെന്ന് തോന്നുന്നു. ഇഖ്ബാലിൽ കപടവിശ്വാസം പുലർത്തുന്നുവെന്ന് അവർ ആരോപിച്ചു. അതോടെ വേർപിരിയുകയും ചെയ്തു.

അതിയ്യയുമായുള്ള അടുപ്പം കുടുംബം അറിഞ്ഞതിനാൽ ആ പരി ഷ്കരിയിൽ നിന്ന് രക്ഷപ്പെടാൻ വേണ്ടി അവർ പെട്ടെന്ന് സുന്ദരിയായ സർദാർ ബീഗത്തെ ഇഖ്ബാലിന് നിശ്ചയിക്കുകയായിരുന്നുവത്രെ. ഇഖ്ബാൽ മരണപ്പെട്ട് പത്തുവർഷം കഴിഞ്ഞ് അതിയ്യ എഴുതിയ കൃതി

യില്‍ ഇഖ്ബാലിന്റെ നിരപരാധിത്വം അതിയ്യ വിവരിക്കുകയും ഇഖ്ബാ
ലിനോട് പിണങ്ങിയതില്‍ പരിതപിക്കുകയും ചെയ്യുന്നുണ്ട്.

അദ്ധ്യാപകനും അഭിഭാഷകനും

1908 ല്‍ യൂറോപ്പില്‍ നിന്ന് മടങ്ങിയ ശേഷം പ്രൊഫസര്‍, അഭിഭാ
ഷകന്‍, കവി എന്നീ നിലകളില്‍ ഇഖ്ബാല്‍ സേവനം തുടര്‍ന്നു.
ലാഹോര്‍ യൂണിവേഴ്സിറ്റിയില്‍ തന്നെ വീണ്ടും പാര്‍ട്ട് ടൈം പ്രൊഫ
സറായി. തത്ത്വചിന്ത, ഇംഗ്ലീഷ് സാഹിത്യം എന്നിവയായിരുന്നു വിഷ
യം. ബാക്കിസമയം അഭിഭാഷക വൃത്തിയും തുടര്‍ന്നു. യൂണിവേഴ്സി
റ്റിയില്‍ നിന്ന് 500 രൂപാ ശമ്പളം. 1909 ല്‍ ലാഹോര്‍ യൂണിവേഴ്സിറ്റി
യില്‍ ഹിസ്റ്ററി ചെയറില്‍ നിയമിതനായി. പക്ഷേ, ഈ പദവികളൊക്കെ
പിന്നീട് അദ്ദേഹം നിരസിച്ചു. 1911 ല്‍ പ്രൊഫസര്‍ സേവനം ഉപേക്ഷിച്ച്
മുഴുസമയ അഭിഭാഷകനായി. ഗവണ്‍മെന്റ് ജോലിയിലിരുന്നുകൊണ്ട്
സ്വതന്ത്രമായി ചിന്തിക്കാന്‍ കഴിയില്ലെന്ന് അദ്ദേഹം വിശ്വസിച്ചു.

കവിതകളൊക്കെ ആദ്യം സ്വയം പ്രസിദ്ധീകരിക്കും. പിന്നീട് അത്
കമ്മീഷന്‍ നിരക്കില്‍ കച്ചവടക്കാര്‍ക്ക് നല്‍കും. 1911 ല്‍ ലാഹോറിലെ
അഞ്ചുമന്‍ ഹിമായത്തേ ഇസ്ലാം സമ്മേളനത്തില്‍ *ശിക്‍വാ* എന്ന കവിതാ
സമാഹാരം അവതരിപ്പിച്ചതോടെ അദ്ദേഹം കൂടുതല്‍ പ്രശസ്തനായി.
ശിക്‍വയില്‍ അല്ലാഹുവോടുള്ള ആവലാതിയാണ് ഇഖ്ബാല്‍ അവതരി
പ്പിക്കുന്നത്. ഇതിനെതിരെ മുസ്ലീം പണ്ഡിതന്മാര്‍ രംഗത്ത് വരികയും
അല്ലാഹുവിനെ ചോദ്യം ചെയ്യുന്ന കവിത പ്രസിദ്ധീകരിച്ചതിന്റെ പേരില്‍
മതത്തില്‍നിന്ന് പുറത്തുപോയിരിക്കുന്നുവെന്ന് ആരോപിക്കുകയും
ചെയ്തു. തന്റെ കവിത സൃഷ്ടിച്ച എതിര്‍പ്പുകള്‍ അവസാനിപ്പിക്കാനായി
അദ്ദേഹം 'ജവാബേ ശിക്‍വാ' (പരാതിക്ക് മറുപടി) എഴുതി. മുസ്ലീങ്ങ
ളുടെ പതനത്തിനുത്തരവാദി അല്ലാഹുവല്ലെന്നും മറിച്ച് മുസ്ലീങ്ങള്‍
തന്നെയാണെന്നും ഇഖ്ബാല്‍ സമര്‍ത്ഥിച്ചു. അതോടെ വിമര്‍ശനങ്ങളും
നീങ്ങി.

പേര്‍ഷ്യനില്‍ എഴുതിയ അസ്റാറേ ഖുദി (*സ്വത്വരഹസ്യം*), റുമൂസേ
ബേഖുദി (*സ്വത്വമില്ലായ്മയുടെ രഹസ്യം*) എന്നീ കവിതാ സമാഹാര
ങ്ങളിലൂടെ 'സ്വത്വ'ത്തെക്കുറിച്ചുള്ള തന്റെ വീക്ഷണങ്ങള്‍ ഇഖ്ബാല്‍
അവതരിപ്പിക്കുന്നു. ആദ്യസമാഹാരം യൂറോപ്യന്‍ പണ്ഡിതനായ ആര്‍
എ നിക്കല്‍സണും (1920) രണ്ടാമത്തേത് എ ജെ ആര്‍ബറിയും (1953)
ഇംഗ്ലീഷിലാക്കി. ഇതേത്തുടര്‍ന്ന് 1922 ല്‍ ബ്രിട്ടീഷ് ഗവണ്‍മെന്റ് ഇഖ്ബാ
ലിന് നൈറ്റ് ഹുഡ് പദവിനല്‍കി. പക്ഷേ, ചില ഉപാധികളോടെയാണ്
അദ്ദേഹമത് സ്വീകരിച്ചത്. അതുപ്രകാരം തന്നോടൊപ്പം തന്റെ ഗുരുവായ
മീര്‍ ഹസന്‍ ശംസുല്‍ ഉലമ (പണ്ഡിതസൂര്യന്‍) എന്ന പദവിയും നല്‍കി.
ഇഖ്ബാല്‍ അതോടെ സര്‍ മുഹമ്മദ് ഇഖ്ബാല്‍ ആയി.

ഇഖ്ബാല്‍ 'സര്‍' പദവി സ്വീകരിച്ചതിനെ ചിലാഫത്ത് പ്രസ്ഥാന
നേതാക്കള്‍ ചോദ്യം ചെയ്തു. ചിലാഫത്ത് നേതാവും കവിയും ഇഖ്ബാ

ലിന്റെ ബാല്യകാല സ്നേഹിതനുമായ സഫർ അലീഖാൻ സമീന്ദാറിൽ ഒരു കവിത തന്നെയെഴുതി.

> "അറിയുവിൻ, ജ്ഞാനത്തിനിരിപ്പിടം
> സർക്കാറിന്റെ മന്ദിരമായില്ലേ
> ഹാ, ഇഖ്ബാൽ ഇനി അല്ലാമയല്ല
> ഒരു 'സർ' മാത്രം
> മുമ്പ് അദ്ദേഹം സമുദായയത്തിന്റെ
> കിരീടമായിരുന്നു.
> ഇന്നോ ബ്രിട്ടീഷ് കിരീടത്തിന്റെ
> പടയാളി (നൈറ്റ്)
> ഒരധികപ്രസംഗി പാതയോ–
> രത്ത് വച്ചെന്നോട് പറഞ്ഞു.
> ഹാ, ബ്രിട്ടീഷ് സർക്കാറിന് മുമ്പിൽ
> ഇഖ്ബാൽ തലകുനിച്ചിരിക്കുന്നു."
> (സിറാതേ ഇഖ്ബാൽ)

സർ പദവി ലഭിച്ചെങ്കിലും സമുദായ പ്രതിബദ്ധതയിൽ നിന്നൊരി ക്കലും ഇഖ്ബാൽ മാറിനിന്നില്ല. ബ്രിട്ടീഷ് ഗവൺമെന്റിന്റെ തെറ്റായ നയ ങ്ങളെ വിമർശിക്കാനും മറന്നില്ല. പഞ്ചാബ് ഹൈക്കോർട്ട് ജഡ്ജിയായി ഇഖ്ബാലിന്റെ പേർ നിർദ്ദേശിച്ചിരുന്നുവെങ്കിലും ബ്രിട്ടീഷ് ഗവൺമെന്റി നെതിരെ താൻ നടത്തിയ പരാമർശങ്ങൾ മൂലം ആ പദവി നിഷേധിക്ക പ്പെട്ടു.

മദ്രാസ് മുസ്ലീം അസോസിയേഷന്റെ ക്ഷണമനുസരിച്ച് ഇസ്ലാം മത ത്തെക്കുറിച്ച് പ്രഭാഷണങ്ങൾ നടത്താൻ ഇഖ്ബാൽ 1928 ഡിസംബറിൽ ദക്ഷിണേന്ത്യയിലെത്തി. മദ്രാസിലും ഹൈദരാബാദിലും പ്രഭാഷണങ്ങ ളുണ്ടായി. പുതിയ ജ്ഞാനങ്ങൾക്കനുസരിച്ച് ഇസ്ലാമിക ചിന്തകളെ പുന:സംവിധാനിക്കാനുള്ള ശ്രമമായിരുന്നു ഈ പ്രഭാഷണങ്ങളുടെ ഇതി വൃത്തം. പ്രഭാഷണങ്ങൾ 1930 ൽ *റീ കൺസ്ട്രക്ഷൻ ഓഫ് റിലീജ്യസ് തോട്ട്സ് ഇൻ ഇസ്ലാം (ഇസ്ലാമിൽ മതചിന്തകളുടെ പുനഃസംവിധാനം)* എന്ന പേരിൽ ലാഹോറിൽ പ്രസിദ്ധീകരിക്കപ്പെട്ടു. ഗ്രന്ഥം പിന്നീട് പരി ഷ്കരണങ്ങളോടെ 1934 ൽ ലണ്ടനിലെ ഓക്സ്ഫോർഡ് പ്രസ് പുനഃപ്രസിദ്ധീകരിച്ചു. ഗ്രന്ഥം വായിച്ച ഓക്സ്ഫോർഡ് യൂണിവേഴ്സിറ്റി അധികൃതർ പ്രഭാഷണത്തിനായി ഇഖ്ബാലിനെ ഓക്സ്ഫോർഡിലേക്ക് ക്ഷണിച്ചു. പക്ഷേ തൊണ്ട സംബന്ധമായ രോഗത്താൽ അദ്ദേഹത്തിന് പോകാൻ കഴിഞ്ഞില്ല.

വീണ്ടും യൂറോപ്പിലേക്ക്

ഇരുപത്തി മൂന്ന് വർഷത്തെ ഇടവേളക്കുശേഷം ഇഖ്ബാലിന് വീണ്ടും യൂറോപ്പിലേക്ക് പോകാനവസരം ലഭിച്ചു. 1931 സെപ്തംബർ

ഏഴു മുതൽ ഡിസംബർ 21 വരെയും 1932 നവംബർ 17 മുതൽ ഡിസംബർ 24 വരെയും ലണ്ടനിൽവെച്ചു നടക്കുന്ന രണ്ടും മൂന്നും വട്ടമേശ സമ്മേളനങ്ങളിലേക്ക് ഇഖ്ബാലും ക്ഷണിക്കപ്പെട്ടു. ഇന്ത്യയിൽ ഭരണഘടനാ പരിഷ്കരണങ്ങൾ നടപ്പിലാക്കാൻ ഇന്ത്യൻ നേതാക്കളുമായി കൂടിയാലോചന നടത്തുന്നതിന് ബ്രീട്ടീഷ് ഗവൺമെന്റ് ഒരുക്കിയതാണ് വട്ടമേശ സമ്മേളനങ്ങൾ. ഒന്നാംലോക മഹായുദ്ധ വേളയിൽ യൂറോപ്പിൽ നടന്ന രക്തച്ചൊരിച്ചിലുകൾ ആ ഭുഖണ്ഡത്തിന്റെ പ്രഭക്ക് മങ്ങലേൽപ്പിച്ചത് ഇഖ്ബാൽ കണ്ടു. തന്റെ പരിദേവനങ്ങൾ ളർബെ കലീം (മൂസാനബിയുടെ അടി) എന്ന കവിതയിൽ വിവരിക്കുന്നുണ്ട്. മൂന്നാം വട്ടമേശ കഴിഞ്ഞ് നാലുമാസത്തോളം അദ്ദേഹം യൂറോപ്പിൽ ചുറ്റി. ഫ്രാൻസിലെ ഹെന്റി ബെർഗ്സൺ, ലൂയി മാസിഗ്ണൺ എന്നിവരുമായി സന്ധിച്ചു. കൂട്ടത്തിൽ നെപ്പോളിയന്റെ ശവകുടീരവും സന്ദർശിച്ചു. നെപ്പോളിയന് ആദരാഞ്ജലികൾ അർപ്പിച്ചുകൊണ്ട് ഒരു കവിതയും രചിച്ചു.

മാസിഗ്ണൻ സൂഫിസത്തെക്കുറിച്ചെഴുതിയ ഗ്രന്ഥങ്ങളെ ഇഖ്ബാൽ പ്രശംസിച്ചു. മൻസൂർ ഹല്ലാജിനെക്കുറിച്ച് ആഴത്തിൽ പഠിച്ച മാസിഗ്ണൺ ആ സൂഫിവര്യനെ മനസ്സിലാക്കാൻ മുസ്ലീം ലോകത്തിന് കഴിയാതെ പോയെന്ന് വിലയിരുത്തിയിട്ടുണ്ട്. ചിന്തകനായ ബർഗ്സൺ കാലത്തെ കുറിച്ചു നടത്തിയ വീക്ഷണങ്ങൾ പ്രവാചകാദ്ധ്യാപനങ്ങളോടു യോജിക്കുന്നതായി ഇഖ്ബാൽ കണ്ടെത്തി.

ഫ്രാൻസിൽ നിന്ന് ഇഖ്ബാൽ സ്പെയിനിലെത്തി. മാദ്രിദിലെ പണ്ഡിതനായ പ്രൊഫ. ആശിൻ പലേഷിയോസ് ഇഖ്ബാലിനെ അവിടത്തെ യൂണിവേഴ്സിറ്റിയിലേക്ക് പ്രഭാഷണത്തിന് ക്ഷണിച്ചു. ബൗദ്ധികലോകത്ത് മധ്യകാല സ്പെയിൻ നല്കിയ സംഭാവനകൾ അദ്ദേഹം അനുസ്മരിച്ചു. ഒരു തീർത്ഥാടകനെപ്പോലെ അവിടത്തെ മധ്യകാല മുസ്ലീം സ്മാരകങ്ങൾ സന്ദർശിച്ചു. അവയെക്കുറിച്ചുള്ള മൂന്നു കവിതകൾ *ബാലേ ജിബ്രീൽ* എന്ന കവിതാസമാഹാരത്തിൽ ഉൾപ്പെടുത്തിയിട്ടുണ്ട്. ചർച്ചായി മാറ്റിയ കൊർദോവ പള്ളിയിൽ വെച്ച് ഇഖ്ബാൽ നിസ്കരിച്ചു കൈയുയർത്തി പ്രാർത്ഥിക്കുമ്പോൾ അദ്ദേഹം പൊട്ടിക്കരഞ്ഞു പോയി. *കൊർദോവ പള്ളിയെന്ന* തന്റെ കാവ്യം വളരെ ഹൃദയസ്പൃക്കാണ്.

സ്പെയിനിൽ നിന്ന് ഇറ്റലിയിലെത്തി. ഇറ്റലിയുടെ നേതാവ് മുസോളിനിയുമായി കൂടിക്കാഴ്ച നടത്തി. മുസോളിനിയെക്കുറിച്ചെഴുതിയ കവിതയിൽ ഇഖ്ബാൽ അദ്ദേഹത്തെ വാഴ്ത്തുന്നുണ്ട്. മുസോളിനിയുടെ യുദ്ധങ്ങളെ ഇഖ്ബാൽ ന്യായീകരിക്കുന്നു. അതേസമയം ഫാസിസം യൂറോപ്പിലും ആഫ്രിക്കയിലുമുള്ള നിരപരാധരായ രാജ്യങ്ങളുടെ ചോര ചുരത്തുകയാണെന്ന് കുറ്റപ്പെടുത്തുകയും ചെയ്യുന്നു. എത്യോപ്യയെ മുസോളിനി കീഴടക്കിയത് മറ്റു സാമ്രാജ്യത്വ ശക്തികൾ തുടർന്നുവന്ന പ്രവർത്തനത്തിന്റെ തുടർച്ച മാത്രമാണെന്ന് ഇഖ്ബാൽ ന്യായീകരിച്ചു.

അഫ്ഗാനിസ്ഥാനിൽ

1933 ൽ അഫ്ഗാൻ രാജാവ് നാദിർഷാ ഇഖ്ബാൽ, സയ്യിദ് സുലൈ
മാൻ നദ്‌വി, റോസ് മസ് ഊദ് (സർ സയ്യിദിന്റെ പൗത്രൻ) എന്നിവരെ
കാബൂളിലേക്ക് ക്ഷണിച്ചു. കാബൂളിൽ ഒരു യൂണിവേഴ്‌സിറ്റി സ്ഥാപി
ക്കാനും ഉന്നത വിദ്യാഭ്യാസം മെച്ചപ്പെടുത്താനുമുള്ള മാർഗ്ഗങ്ങൾ തേടാ
നുമായിരുന്നു ഈ ക്ഷണം. നാലുമാസം സംഘം കാബൂളിൽ തങ്ങി.
അഫ്ഗാൻ യാത്രയെക്കുറിച്ച് അദ്ദേഹം 'മുസാഫിർ' (യാത്രികൻ)
എന്നൊരു കവിത എഴുതിയിട്ടുണ്ട്. ഗസ്ന സന്ദർശിച്ചപ്പോൾ ആ പട്ടണ
ത്തിന്റെ നഷ്ടപ്രതാപം ഇഖ്ബാലിനെ വ്യാകുലപ്പെടുത്തി. നാദിർഷാക്ക്
ഒരു ഖുർആൻ പ്രതി സമ്മാനിച്ചു കൊണ്ട് ഇഖ്ബാൽ പറഞ്ഞു: "സത്യം
പിന്തുടരുന്നവർക്ക് ഈ ഗ്രന്ഥം വഴികാട്ടിയാണ്." അഫ്ഗാനിൽ മുല്ല
മാരും യുവതയുമൊന്നുപോലെ, എന്ന് ഇഖ്ബാൽ പറഞ്ഞിട്ടുണ്ട്.

അഫ്ഗാനിസ്ഥാനിൽനിന്ന് വന്നശേഷം ആരോഗ്യസ്ഥിതി മോശമാ
യിത്തുടങ്ങി. ഇക്കാലത്ത് പല പുതിയ പദ്ധതികളും ഇഖ്ബാൽ തയ്യാ
റാക്കി. ഇസ്ലാമിക വ്യവസ്ഥയെക്കുറിച്ച് എഴുതാനും, ഖുർആൻ പഠനസ
ഹായി തയ്യാറാക്കാനും അദ്ദേഹം ആലോചിച്ചിരുന്നു. ആധുനിക
ശാസ്ത്രവും ഇസ്ലാമിന്റെ ആദ്ധ്യാത്മികതയും തമ്മിൽ ബന്ധപ്പെടുത്താൻ
ഞാൻ മനസ്സിലാക്കിയ ഇസ്ലാം'(Islam as I understood it) എന്ന പേരിൽ
ഒരു ഗ്രന്ഥം രചിക്കാൻ തുടങ്ങിയിരുന്നു. അതുപോലെ *അറിയപ്പെടാത്ത
പ്രവാചകന്റെ കൃതി (The Book of an Unknown Prophet)* എന്ന
പേരിൽ മറ്റൊരു കൃതിക്കും ഇഖ്ബാൽ പ്ലാനിട്ടിരുന്നു. രാഷ്ട്രീയമായ
തിരക്കും അനാരോഗ്യവും മൂലം ഒന്നും ചെയ്തു തീർക്കാനായില്ല. പാര
മ്പര്യ ഇസ്ലാമിനേയും സാമൂഹിക ശാസ്ത്രങ്ങളെയും ഉൾപ്പെടുത്തി ഒരാ
ധുനിക ഗവേഷണകേന്ദ്രം (ഇൻസ്റ്റിറ്റ്യൂട്ട് ഓഫ് അഡ്വാൻസ്ഡ് റിസർച്ച്)
തുടങ്ങാനുള്ള ഇഖ്ബാലിന്റെ അഭിലാഷം ഏതായാലും സഫലമായി.
പത്താൻകോട്ടിലെ ഭൂവുടമയായ നിയാസ് അലിഖാൻ ആവശ്യമായ
സ്ഥലം നല്കി. സ്ഥാപനത്തിലേക്ക് ഒരു അദ്ധ്യാപകനെ അയച്ചുതരണ
മെന്ന് അൽ അസ്ഹറിലെ റെക്ടർ ശൈഖ് മുസ്തഫ അൽമറാഗിക്ക്
എഴുതി. മറാഗി അനുകൂലമായ മറുപടിയും അയച്ചു. പക്ഷേ, സംഗതി
നടന്നില്ല. ഒടുവിൽ ഹൈദരാബാദിൽ നിന്ന് മുപ്പത്തഞ്ചുകാരനായ
അബുൽ അഅ്ലാ മൗദൂദിയെ വരുത്തി ദാറുൽ ഇസ്ലാം എന്ന കേന്ദ്രം
സ്ഥാപിച്ചു. മൗദൂദിയാകട്ടെ 1938 ൽ പത്താൻകോട്ടിലെത്തി ജമാഅത്തെ
ഇസ്ലാമിക്ക് രൂപംനല്കുകയാണ് ചെയ്തത്. എന്നാൽ ഇഖ്ബാലിന്റെ
സ്വപ്നങ്ങൾ സാക്ഷാൽക്കരിക്കാൻ മൗദൂദി ശ്രമിച്ചില്ല. 1947 ൽ അദ്ദേഹം
പാകിസ്ഥാനിൽ ചെന്ന് അവിടെ രാഷ്ട്രീയാധികാരത്തിന് ശ്രമിക്കുക
യാണ് ചെയ്തത്. ഈ ശ്രമം പരാജയപ്പെടുകയും ചെയ്തു.

ഇഖ്ബാലിന്റെ ജനസമ്മതി നാൾക്കുനാൾ വർദ്ധിച്ചെങ്കിലും സാമ്പ
ത്തികമായി അദ്ദേഹം തളരുകയായിരുന്നു. അഭിഭാഷകവൃത്തി നിറുത്തി
വെച്ചതായിരുന്നു കാരണം. ഭാര്യയുടെ രോഗവും അദ്ദേഹത്തെ തളർത്തി.

1935 മാർച്ചിൽ സയ്യിദ് നസീർ നിയാസിക്കെഴുതിയ കത്തിൽ തന്റെ ദരി ദ്രാവസ്ഥ അദ്ദേഹം വിവരിക്കുന്നുണ്ട്. വിവരമറിഞ്ഞ ഭോപാൽ നവാബ് മാസാന്തം 500 രൂപ പെൻഷൻ അനുവദിച്ചു. 1935 മെയ് 23 ന് ഭാര്യ സർദാർ ബീഗം മരണപ്പെട്ടു. ഇത് ഇഖ്ബാലിനെ ദുഃഖത്തിലാഴ്ത്തി.

1924 ൽ കിഡ്നി രോഗത്തിന് വിധേയനായെങ്കിലും ഡോ. അബ്ദുൽ വഹാബ് അൻസാരി സുഖപ്പെടുത്തി. 1934 മുതൽ കണ്ഠത്തിന് അസുഖം ബാധിച്ചു. ശബ്ദിക്കാൻ തന്നെ കഴിയാതായി. അതുകൊണ്ടാണ് ഓക്സ്ഫോർഡിലേക്ക് പ്രഭാഷണത്തിന് പോകാൻ കഴിയാതിരുന്നത്. ലാഹോറിലും ദൽഹിയിലും ഭോപ്പാലിലും ചികിത്സിച്ചെങ്കിലും ഭേദമാ യില്ല. ഭോപ്പാലിൽ നവാബ് ഹമീദുല്ലാ ഖാൻ എല്ലാ സൗകര്യങ്ങളും നല്കി. കൂടാതെ വിദ്യാഭ്യാസ മന്ത്രിയായിരുന്ന സയ്യിദ് റോസ് മസൂദും (സർ സയ്യിദിന്റെ പൗത്രൻ) ഭാര്യയും ചികിത്സയിൽ ശ്രദ്ധവെച്ചു. 1937 ൽ റോസ് മസൂദ് മരിച്ചത് ഇഖ്ബാലിനെ വീണ്ടും ദു:ഖത്തിലാഴ്ത്തി.

1938 ന്റെ തുടക്കത്തിൽ തന്നെ ഇഖ്ബാൽ തീരെ അസ്വസ്ഥനായി കാണപ്പെട്ടു. ആസ്ത്മാരോഗവും ബാധിച്ചു. ഈ കാലത്താണ് ബാലെ ജിബ്രീൽ, ളർബേ കലീം, അർമുഗാനെ ഹിജാസ് തുടങ്ങി പ്രധാനപ്പെട്ട ഏതാനും കവിതകൾ രചിച്ചത്. 1938 മാർച്ച് 25 ന് രോഗം മൂർച്ഛിച്ചു. ഏപ്രിൽ 21 ന് രാവിലെ 5.51 ന് ഇഖ്ബാൽ അന്തരിച്ചു.

പതിനായിരങ്ങൾ കവിയുടെ അന്തിമോപചാരങ്ങളിൽ പങ്കുകൊണ്ടു. ലാഹോറിലെ പ്രസിദ്ധമായ ശാഹി മസ്ജിദിന്റെ കവാടത്തിനരികെയാണ് അന്ത്യവിശ്രമസ്ഥാനം. ഖബറിന് മീതെ ഇന്ന് കാണുന്ന കുടീരം 1946 ലാണ് പണിതു തുടങ്ങിയത്. ഹൈദരാബാദിലെ അറിയപ്പെട്ട ശില്പി നവാബ് സയ്ൻകാർ ജങ് ആണ് രൂപകല്പന ചെയ്തത്. അഫ്ഗാൻ ഗവൺമെന്റ് നിർമ്മാണത്തിനാവശ്യമായ നീല മാർബിലുകൾ നല്കി. കുടീരത്തിന്റെ മുൻവശത്ത് മുസ്ലീം ഐക്യത്തെക്കുറിക്കുന്ന കവിയുടെ ഈരടികൾ ഉല്ലേഖനം ചെയ്തിരിക്കുന്നു.

"അഫ്ഗാനിയയല്ല നാം തുർക്കിയുമല്ല
ഹോ, മദ്ധ്യേഷ്യക്കാരുമല്ല
നമ്മളീ പൂന്തോപ്പുകാർ
നമുക്കൊരേ പൂർവ്വീകന്മാർ
വർഗ്ഗവർണ്ണത്തിന്റെ ഭിന്നത നമുക്കു വേണ്ട
നമുക്കീ പുത്തനരുവി തൻ സൃഷ്ടികളാവേണ്ടയോ."

രാഷ്ട്രീയം

രാഷ്ട്രീയത്തിൽ ഇഖ്ബാൽ കുറച്ചുകാലം അഖിലേന്ത്യാ മുസ്ലീം ലീഗിനോടൊപ്പമായിരുന്നു. എന്നാൽ ഒരു മുസ്ലീം ലീഗുകാരനായി അറി യപ്പെടാൻ അദ്ദേഹം ആഗ്രഹിച്ചില്ല. 1930 ലെ അലഹബാദ് മുസ്ലീം ലീഗ് സമ്മേളനത്തിൽ ആദ്ധ്യക്ഷ്യം വഹിച്ചുകൊണ്ട് ഇഖ്ബാൽ പറഞ്ഞു:

ഞാൻ ഒരു പാർട്ടിയേയും നയിക്കുന്നില്ല. ഒരു നേതാവിനേയും അനുഗമിക്കുന്നുമില്ല. എന്റെ ജീവിതത്തിന്റെ ഏറ്റവും നല്ലഭാഗം ഇസ്ലാമിന്റെ രാഷ്ട്രീയം, നിയമം, സംസ്കാരം, സാഹിത്യം എന്നിവ സസൂക്ഷ്മം പഠിക്കാൻ വിനിയോഗിച്ചു. ഇസ്ലാമിന്റെ ആത്മാവുമായുള്ള സുദൃഢബന്ധം ഒരു ലോക യാഥാർത്ഥ്യമെ ന്നുള്ള അതിന്റെ പൊരുളിലേക്ക് ഉൾക്കാഴ്ച തന്നു. ഇസ്ലാമിന്റെ ആത്മാവിനോട് സത്യസന്ധത പുലർത്താൻ മുസ്ലീം ഇന്ത്യ നിശ്ച യിച്ചിരിക്കുന്നുവെന്ന് ഞാൻ കരുതുന്നു.

1931 ലെ വട്ടമേശ സമ്മേളനത്തിൽ പങ്കെടുത്തപ്പോഴും ഇഖ്ബാൽ ഏതെങ്കിലും പാർട്ടിയെ പ്രതിനിധാനം ചെയ്തില്ല.

ഒരു സമുദായമെന്ന നിലയ്ക്ക് മുസൽമാന്റെ വ്യക്തിത്വം സംരക്ഷി ക്കാൻ അവരുടേതായ ഒരു രാഷ്ട്രീയ സംഘടന ഉണ്ടാക്കുന്നതിനോട് അദ്ദേഹത്തിന് വിരോധമുണ്ടായിരുന്നില്ലെന്നാണ് മുസ്ലീം ലീഗിലുള്ള തന്റെ സാന്നിദ്ധ്യത്തിൽ നിന്ന് മനസ്സിലാക്കേണ്ടത്. 1906 ൽ മുസ്ലീം ലീഗ് രൂപീകരിച്ചകാലത്ത് അദ്ദേഹം ഇംഗ്ലണ്ടിലാണ്. 1908 മേയിൽ ലണ്ടനിൽ മുസ്ലീം ലീഗിന്റെ ശാഖ സയ്യിദ് അമീർ അലിയുടെ നേതൃത്വത്തിൽ ആരം ഭിച്ചപ്പോൾ അതിന്റെ എക്സിക്യൂട്ടീവ് കമ്മിറ്റിയിൽ ഇഖ്ബാലും ഉണ്ടാ യിരുന്നു. ലീഗിന്റെ ലണ്ടൻ ശാഖക്ക് ഭരണഘടന ഉണ്ടാക്കാൻ യോഗം ഇഖ്ബാലിനെയാണ് അധികാരപ്പെടുത്തിയത്. പില്ക്കാലത്ത് ഇഖ്ബാൽ മുസ്ലീം ലീഗ് ബന്ധം ഉപേക്ഷിക്കുകയായിരുന്നു.

സ്വദേശി പ്രസ്ഥാനത്തെ പിന്തുണയ്ക്കാൻ അദ്ദേഹം മുസ്ലീങ്ങളെ ഉപദേശിച്ചു. അതേസമയം അതൊരു രാഷ്ട്രീയ പ്രസ്ഥാനമാക്കി മാറ്റു ന്നതിനോട് വിയോജിക്കുകയും ചെയ്തു. ഖിലാഫത്ത് പ്രസ്ഥാനത്തിൽ ഇഖ്ബാൽ സജീവമായില്ല. തുർക്കി സുൽത്താന്മാരെ ഇസ്ലാമിന്റെ യഥാർത്ഥ ഖലീഫയായി കാണാൻ അദ്ദേഹം തയ്യാറായതുമില്ല. ഖിലാ ഫത്തിന്റെ പേരിൽ ഭരണഘടനാവിരുദ്ധ മാർഗ്ഗങ്ങളിലേക്ക് നീങ്ങുന്നത് ശരിയല്ലെന്നായിരുന്നു അഭിപ്രായം. ഖിലാഫത്ത് പ്രസ്ഥാനത്തിൽ നിന്നു യർന്ന ജാമിഅഃ മില്ലിയ്യ ഇസ്ലാമിയ്യ സർവ്വകലാശാലയുടെ വൈസ് ചാൻസലറാകാനുള്ള നിർദ്ദേശവും ഇഖ്ബാൽ നിരസിച്ചു. ഖിലാഫത്ത് പ്രസ്ഥാനത്തോട് ഇഖ്ബാൽ കാണിച്ച വിമുഖതയെ പല മുസ്ലീങ്ങളും വിമർശിച്ചു.

1926 ൽ ഇഖ്ബാൽ മുസ്ലീം ലീഗ് ടിക്കറ്റിൽ പഞ്ചാബ് അസംബ്ലിയി ലേക്ക് മത്സരിച്ചു വിജയിച്ചു. അസംബ്ലിയിലെ ഒരേയൊരു മുസ്ലീം ലീഗു കാരനും ഇഖ്ബാൽ തന്നെ. കുറേക്കാലം പഞ്ചാബ് മുസ്ലീം ലീഗിന്റെ സംസ്ഥാന സെക്രട്ടറിയായിരുന്നു. ഇന്ത്യയുടെ ഭരണഘടനാപരമായ പ്രശ്നം പരിഹരിക്കുന്നതിന് ബ്രിട്ടീഷ് ഗവൺമെന്റ് നിയോഗിച്ച സൈമൺ കമ്മീഷനോട് എതിർപ്പ് പ്രകടിപ്പിച്ച ലീഗ് നിലപാടിനെ എതിർത്തുകൊണ്ട് അദ്ദേഹം സ്ഥാനം രാജിവെച്ചു. ഈ പ്രശ്നത്തിൽ

ലീഗ് രണ്ടായി. സർ ഷാഫിയും ഇഖ്ബാലുമടങ്ങുന്ന ഷാഫിലീഗും കമ്മീ ഷനെ എതിർത്ത ജിന്നാലീഗും. ബ്രിട്ടീഷുകാരുമായി ഒരു ഒത്തുതീർപ്പു ണ്ടാക്കി മുസ്ലീം താല്പര്യം സംരക്ഷിക്കണമെന്നാഗ്രഹിച്ച ഇഖ്ബാലിന് രാഷ്ട്രീയം മതിയായി.

1928 ന് നെഹ്റു റിപ്പോർട്ട് വന്നപ്പോൾ അത് മുസ്ലീങ്ങൾക്കെതിരാ ണെന്ന് വ്യക്തമായിരുന്നു. ജിന്ന അതിൽ ഭേദഗതി നിർദ്ദേശിച്ചെങ്കിലും നടന്നില്ല. ജിന്നയും കൂട്ടരും മുസ്ലീങ്ങളെ കോൺഗ്രസിന്റെ തൊഴുത്തിൽ കെട്ടുകയാണെന്ന് ഇഖ്ബാൽ ആരോപിച്ചു. ഇഖ്ബാലിന്റെ ശ്രമഫല മായി ഒരു ആൾപാർട്ടി മുസ്ലീം കോൺഫറൻസ് വിളിച്ചുകൂട്ടി. ശ്രദ്ധേയ മായ നിർദ്ദേശങ്ങളാണ് സമ്മേളനം മുന്നോട്ടുവെച്ചത്. അതോടെ ജിന്നയ്ക്ക് പിന്തുണ കുറഞ്ഞു. അദ്ദേഹം തല്ക്കാലം രാഷ്ട്രീയത്തിൽ നിന്ന് വിട്ടുനില്ക്കാൻ തന്നെ ഇത് കാരണമായി.

1930 ൽ അലഹബാദിൽ നടന്ന മുസ്ലീംലീഗ് സമ്മേളനത്തിൽ അദ്ധ്യ ക്ഷനായി തിരഞ്ഞെടുത്തതോടെ രാഷ്ട്രീയരംഗത്ത് ഇഖ്ബാൽ കൂടു തൽ ശ്രദ്ധേയനായി. ഇന്ത്യൻ നാഷണൽ കോൺഗ്രസ് നേതാക്കളുടെ ഇഖ്ബാൽ വിരോധത്തിന് തന്റെ അദ്ധ്യക്ഷ പ്രസംഗം കാരണമായി. ഇതേ പ്രസംഗം പാകിസ്ഥാൻ വാദികളുടെ പ്രശംസക്കും പാത്രമായി. സത്യത്തിൽ രണ്ടിനും ഇഖ്ബാലിന്റെ പ്രസംഗം ഉത്തരവാദിയല്ല. മറിച്ച് ഇരുകൂട്ടരുടെയും ദുർവ്യാഖ്യാനവും രാഷ്ട്രീയ ലക്ഷ്യങ്ങളുമാണ് പ്രശ്ന മുണ്ടാക്കിയത്. ഇക്കാര്യം മറ്റൊരദ്ധ്യായത്തിൽ വിശദമാക്കുന്നുണ്ട്.

പ്രത്യേക സംവരണ മണ്ഡലത്തിന്റെയും നെഹ്റു റിപ്പോർട്ടിന്റെയും മറ്റും കാര്യത്തിൽ മുസ്ലീങ്ങളിൽ തന്നെ ഭിന്നാഭിപ്രായമുടലെടുത്ത വേള യിൽ അവരെ ഒത്തുതീർപ്പിലെത്തിക്കാനുള്ള ശ്രമം ഭോപ്പാൽ നവാബിന്റെ നേതൃത്വത്തിൽ നടന്നു. ഇതിൽ ഇഖ്ബാലും പങ്കെടുത്തു. ഇതിൽ ഹിന്ദു ക്കളുമായി ഒരു യോജിപ്പിലെത്താനുള്ള ഫോർമുല തയ്യാറാക്കാൻ ഇഖ്ബാൽ തന്നെ മുൻകൈയെടുത്തു.

1930-31 ൽ നടന്ന രണ്ടാം വട്ടമേശ സമ്മേളനത്തിലേക്ക് ഇഖ്ബാലും ക്ഷണിക്കപ്പെട്ടു. ഇന്ത്യക്കകത്ത് ഒരു മുസ്ലീം സ്റ്റേറ്റ് വേണമെന്നും രാജ്യം ഒരു വിശാല ഫെഡറേഷനാക്കണമെന്നുമുള്ള വാദം ഇഖ്ബാൽ ഉന്നയി ച്ചു. എന്നാൽ മുസ്ലീം പ്രതിനിധികൾ തന്നെ ചില ഇംഗ്ലീഷ് രാഷ്ട്രീയ ക്കാരുടെ സമ്മർദ്ദത്തിന് വഴങ്ങി മുസ്ലീം ആവശ്യങ്ങളെ നിരാകരിക്കു ന്നത് കണ്ടപ്പോൾ അദ്ദേഹം സമ്മേളനത്തിൽനിന്ന് വിട്ടുനിന്ന് ഇന്ത്യയി ലേക്ക് മടങ്ങാൻ തയ്യാറായി. മടങ്ങുംവഴി പാലസ്തീനിൽ മുസ്ലീം ഉച്ച കോടിയിൽ പങ്കെടുത്ത് ബ്രിട്ടീഷുകാരുടെ ഇസ്രായീൽ അനുകൂലന യത്തെ നിശിതമായി വിമർശിച്ചു.

നാട്ടിൽ തിരിച്ചെത്തിയ ഇഖ്ബാലിന് പഞ്ചാബിൽ ഹൃദ്യമായ വര വേല്പു ലഭിച്ചു. താമസിയാതെ ആൾ ഇന്ത്യാ മുസ്ലീം കോൺഫ റൻസിന്റെ അദ്ധ്യക്ഷനായി ഐക്യകണ്ഠേന തിരഞ്ഞെടുക്കുകയും ചെയ്തു(1932). രാജ്യത്തെ വിവിധ മതങ്ങൾ മൈത്രിയിൽ കഴിയേണ്ട

ആവശ്യകത ഊന്നിപ്പറഞ്ഞു.

മഹാത്മാഗാന്ധിയുടെ ശക്തിയെ ഇഖ്ബാൽ വാഴ്ത്തുന്നുണ്ടെങ്കിലും വട്ടമേശയിൽ അദ്ദേഹത്തിന്റെ നയങ്ങൾ നിഗൂഢത നിറഞ്ഞതാണെന്ന് അദ്ദേഹം കുറ്റപ്പെടുത്തി. "ഹിന്ദുക്കൾക്ക് അവരുടെ ആവശ്യം പറയാം. എന്നാലും അവർ ദേശീയവാദികൾതന്നെ. എന്നാൽ മുസ്ലീങ്ങൾ അവരുടെ ആവശ്യങ്ങൾ ഉന്നയിക്കുമ്പോഴേക്കും വർഗ്ഗീയവാദിയായി മുദ്ര കുത്തും." ഇഖ്ബാൽ പറഞ്ഞു.

1930 ൽ ഇഖ്ബാൽ ലാഹോറിൽ ഉന്നതരായ മുസ്ലീങ്ങളുടെ ഒരു യോഗം വിളിച്ചു. അപ്പർ ഇന്ത്യാ മുസ്ലീം ഓർഗനൈസേഷൻ എന്ന പേരിൽ സംഘടനയും രൂപീകരിച്ചു. ഉത്തരഖണ്ഡത്തിലെ മുസ്ലീം പ്രശ്നങ്ങൾ കൈകാര്യം ചെയ്യാനായിരുന്നു ഇത്. അതിനിടെ മൂന്നാം വട്ടമേശ സമ്മേളനത്തിന് ക്ഷണമുണ്ടായെങ്കിലും അതുകൊണ്ട് ഒരു കാര്യവുമില്ലെന്നു പറഞ്ഞ് ഇഖ്ബാൽ നിരസിച്ചു.

ഇന്ത്യക്ക് ഒരു ഭരണഘടനയുണ്ടാക്കുന്നതിന് ബ്രിട്ടീഷ് സർക്കാർ മുന്നോട്ടുവച്ച കമ്യൂണൽ അവാർഡിനെ നിരസിച്ചുകൊണ്ട് കോൺഗ്രസ് വർക്കിങ് കമ്മിറ്റി തീരുമാനമെടുത്ത വേളയിൽ ഇഖ്ബാൽ പറഞ്ഞു: "ഈ തീരുമാനത്തിലൂടെ കോൺഗ്രസ് അതിന്റെ വർഗ്ഗീയത മറച്ചുവയ്ക്കാൻ ശ്രമിക്കുകയാണ്." 1935 ൽ പുതിയ ഭരണഘടന വന്നപ്പോൾ കോൺഗ്രസും ലീഗും മനമില്ലാമനസ്സോടെ അതംഗീകരിച്ച് തിരഞ്ഞെടുപ്പിൽ പങ്കെടുത്തു. ഈ ഭരണഘടനപ്രകാരം പ്രവിശ്യകൾക്ക് വേണ്ടത്ര സ്വയംഭരണം ലഭിക്കുന്നില്ലെന്ന് ഇഖ്ബാൽ പരാതിപ്പെട്ടു. കോൺഗ്രസ് ഭരിക്കുന്ന പ്രവിശ്യകളിലെ മുസ്ലീങ്ങളെക്കുറിച്ച് അദ്ദേഹം പറഞ്ഞു: "പഴയ ജയിൽവാസികളെ പുതിയ ജയിലിലേക്കു മാറ്റിയ ഗതിയാണവരുടേത്."

1930 കളിൽ ജിന്ന മുസ്ലീം രാഷ്ട്രീയത്തിൽ സജീവമായപ്പോൾ എല്ലാ വിഭാഗങ്ങളെയും ഒരുമിപ്പിക്കാനുള്ള ശ്രമം ആരംഭിച്ചു. ഇഖ്ബാലുമായി നല്ല ബന്ധത്തിലല്ലായിരുന്നുവെങ്കിലും പഞ്ചാബ് ലീഗിന്റെ പ്രസിഡന്റായി ഇഖ്ബാലിനെ തന്നെ നിയോഗിച്ചു. 1936 ലെ തിരഞ്ഞെടുപ്പിൽ ലീഗ് പ്രകടനം മോശമാവുകയും കോൺഗ്രസ് മുന്നേറുകയും ചെയ്തത് ഇരുപാർട്ടികളും തമ്മിലുള്ള ബന്ധം കൂടുതൽ വഷളാക്കി. ഉർദു, വന്ദേ മാതരം പ്രശ്നങ്ങളിൽ മുസ്ലീംവിരുദ്ധ നിലപാടെടുത്തത് ഈ പാർട്ടികൾ തമ്മിലുള്ള വിടവ് കൂടുതലാക്കി. മുസ്ലീം സാധാരണക്കാരിലേക്കിറങ്ങിച്ചെന്ന് ലീഗിനെ ശക്തിപ്പെടുത്താൻ രോഗശയ്യയിൽ കിടന്നുകൊണ്ട് ഇഖ്ബാൽ ജിന്നക്കെഴുതി. നെഹ്റുവിന്റെ സോഷ്യലിസവുമായി രാജിയാവരുതെന്നും അഭ്യർത്ഥിച്ചു.

ഇഖ്ബാലിന്റെ കത്തുകൾക്ക് ജിന്ന മറുപടി നല്കിയില്ല. ഇഖ്ബാലിന്റെ അഭിപ്രായങ്ങളോട് ജിന്നക്ക് യോജിപ്പുമുണ്ടായില്ല. പഞ്ചാബിൽ ലീഗ് ക്ഷയിക്കുകയും ചെയ്തു. 1936 ലെ പഞ്ചാബിലെ സ്റ്റേറ്റ് ലീഗ് സമ്മേളനത്തിൽ അദ്ധ്യക്ഷനാവേണ്ട ഇഖ്ബാലിന് അസുഖം മൂലം അതിന്

കഴിഞ്ഞില്ല. പഞ്ചാബിൽ യൂണിയനിസ്റ്റ് പാർട്ടിയുമായി സഖ്യമുണ്ടാക്കാ
നുള്ള ജിന്നയുടെ നീക്കം ഇഖ്ബാൽ എതിർത്തു. പക്ഷേ, ജിന്ന തന്റെ
തീരുമാനങ്ങളുമായി മുന്നോട്ടുപോയി.

അനാരോഗ്യം മൂലം ലീഗിന്റെ പ്രസിഡന്റ് സ്ഥാനം ഇഖ്ബാൽ സർ
സിക്കന്ദറിന് നല്കി. അപ്പോഴേക്കും യൂണിയനിസ്റ്റ് നേതാവ് സിക്കന്ദർ
ഹയാതും ജിന്നയും തമ്മിലുള്ള ഉടമ്പടി ലീഗിനെ തളർത്തിക്കഴിഞ്ഞു.
ജിന്നയുടെ നിലപാടിനെതിരെ ഇഖ്ബാൽ ഒരു പത്രപ്രസ്താവന തയ്യാ
റാക്കിയെങ്കിലും സ്നേഹിതന്മാരുടെ അഭ്യർത്ഥന മാനിച്ച് അത് പ്രസി
ദ്ധീകരിച്ചില്ല.

വ്യക്തിത്വം

കവിയുടെ ഹൃദയവും ചിന്തകന്റെ ബുദ്ധിയും ഒത്തുചേർന്ന
അപൂർവ്വമായൊരു വ്യക്തിത്വമാണ് ഇഖ്ബാലിന്റെത്. ഫലിതവും
ചിന്തയും സ്നേഹവും ഒളിഞ്ഞു കിടക്കുന്ന സംഭാഷണ ചാതുരിക്ക്
ഭാഷ തടസ്സമായില്ല. ഇംഗ്ലീഷും ഉർദുവും പഞ്ചാബിയും അനായാസം
കൈകാര്യം ചെയ്തു.

കിഴക്കിന്റെയും പടിഞ്ഞാറിന്റെയും സംസ്കാരങ്ങൾ ഇഖ്ബാലിൽ
സമന്വയിച്ചു. പരസ്പര സഹായമില്ലാതെ ഇരുഭാഗത്തിനും വിജയിക്കാൻ
സാധിക്കില്ലെന്ന് ഉറപ്പിച്ചു. അതിഥി സൽക്കാരപ്രിയനായിരുന്നു
ഇഖ്ബാൽ. തനിക്ക് വരുന്ന കത്തുകൾക്കൊക്കെ മറുപടി എഴുതി. എല്ലാ
വരോടും സൗഹൃദം പങ്കിട്ടു.

ഇഖ്ബാൽ ഏറ്റവും ഉന്നതനായ മതസഹിഷ്ണുവായിരുന്നു.
ഹിമാല, റാം സ്വാമി റാം, നയാശിവാല, തരാനാ ഹിന്ദ് എന്നീ കവിതക
ളിലൊക്കെ തന്റെ സഹിഷ്ണുത നിറഞ്ഞുനില്ക്കുന്നു. ഇഖ്ബാൽ
സ്പർശിക്കാത്ത വിഷയങ്ങളില്ല. മതവും രാഷ്ട്രീയവും നിയമവും
ഗ്രാമവും പട്ടണവുമെല്ലാം അദ്ദേഹം ഇതിവൃത്തമാക്കി. മതത്തോടുള്ള
ആഭിമുഖ്യവും ദൈവഭക്തിയും ആ ജീവിതത്തിൽ അന്തർലീനമായിരു
ന്നു. രോഗിയായി മരിക്കുമ്പോഴും ആരാധനാ കർമ്മങ്ങളിൽ നിഷ്കർഷ
പുലർത്തി.

സമുദായത്തിൽ ഐക്യം പുലർന്നു കാണാൻ ഇഖ്ബാൽ ആഗ്ര
ഹിച്ചു. പാരമ്പര്യത്തിന്റെ ചങ്ങല കൊണ്ടല്ലാതെ ഐക്യം സാദ്ധ്യമല്ലെ
ന്നദ്ദേഹം അവസാനം കരുതി. അതേസമയം പാരമ്പര്യ വിശ്വാസത്തിൽ
നിന്ന് ഭിന്നമായ പല ആശയങ്ങളും ഇഖ്ബാൽ പുലർത്തിയിരുന്നു.

ഇഖ്ബാൽ കൃതികൾ

ഗദ്യകൃതികൾ

ഉർദു: 1. ഇൽമുൽ ഇഖ്തിസ്വാദ് (സാമ്പത്തികശാസ്ത്രം)
ഇംഗ്ലീഷ് : 1. ഡവലപ്മെന്റ് ഓഫ് മെറ്റാഫിസിക്സ് ഇൻ പേർഷ്യ
(പേർഷ്യയിലെ ആദ്ധ്യാത്മിക വികസനം). ജർമ്മനിയിലെ മ്യൂനിച്ച് യൂണി

വേഴ്സിറ്റിക്ക് സമർപ്പിച്ച ഗവേഷണ പ്രബന്ധമാണിത്. പേർഷ്യയിലെ സൂഫി പ്രസ്ഥാനത്തെക്കുറിച്ച് ഇതിൽ സമഗ്രമായി പ്രതിപാദിക്കുന്നു. ലണ്ടനിലെ ലുസാകിൽ 1908 ൽ ഇത് പ്രസാധനം ചെയ്തു.

2. റീ കൺസ്ട്രക്ഷൻ ഓഫ് റിലീജ്യസ് തോട്ട് ഇൻ ഇസ്ലാം (ഇസ്ലാമിൽ മതചിന്തകളുടെ പുനഃസംവിധാനം). മദ്രാസ്, ഹൈദരാബാദ്, അലീഗഡ് എന്നിവിടങ്ങളിൽ ചെയ്ത പ്രഭാഷണങ്ങളുടെ സമാഹാരം. 1930 ൽ ലാഹോറിൽ നിന്ന് ഇത് പ്രസിദ്ധപ്പെടുത്തി. വിപുലീകരിച്ച പതിപ്പ് 1934 ൽ ലണ്ടനിൽ നിന്ന് ഓക്സ്ഫോർഡ് യൂണിവേഴ്സിറ്റി പ്രസിദ്ധീകരിച്ചു.

3. സ്ട്രേ റിഫ്ളെക്ഷൻസ് (ചിതറിയ ചിന്തകൾ), 1961 ൽ ഇഖ്ബാലിന്റെ പുത്രൻ ജാവിദ് പ്രസിദ്ധപ്പെടുത്തിയ ഇഖ്ബാലിന്റെ നോട്ടുപുസ്തകം. 1910 ഏപ്രിൽ 27 മുതൽ ഏതാനും മാസങ്ങൾ ഇഖ്ബാൽ എഴുതിയ നോട്ടുകളാണ് ഇതിലുള്ളത്.

ഇംഗ്ലീഷ് ലേഖനങ്ങൾ

1. ഡോക്ട്രിൻ ഓഫ് അബ്സൊല്യൂട്ട് യൂണിറ്റി ആസ് എക്സ്പൗണ്ടഡ് ബൈ അബ്ദുൽകരീം ജീലി (അബ്ദുൾ കരീം ജീലി മുന്നോട്ടു വെച്ച സമ്പൂർണ്ണ ഏകത്വ തത്ത്വങ്ങൾ). മന്ഥ്ലി ഇന്ത്യൻ ആന്റിക്വറി, ബോംബെ, സെപ്തംബർ 1900. പേ: 237-246)

2. ഇസ്ലാം ആസ് എ മോറൽ ആന്റ് പൊളിറ്റിക്കൽ ഐഡിയൽ, (ഇസ്ലാം സദാചാരപരവും രാഷ്ട്രീയവുമായ ഒരാശയമെന്ന നിലയിൽ), ഹിന്ദുസ്ഥാൻ റിവ്യൂ, കൽക്കത്ത, ജൂലൈ-സെപ്തംബർ 1909.

3. ഇസ്ലാം ആന്റ് ഖിലാഫത്ത് (ഇസ്ലാമും ഖിലാഫത്തും) സോഷ്യോളജിക്കൽ റിവ്യൂ, ലണ്ടൻ 1908.

4. പൊളിറ്റിക്കൽ തോട്ട് ഇസ്ലാം (ഇസ്ലാമിലെ രാഷ്ട്രീയ ചിന്തകൾ), ഹിന്ദുസ്ഥാൻ റിവ്യൂ, കൽക്കത്ത, വാ 12, ഡിസംബർ 1910, വാ: 13, 1911.

5. നോട്സ് ഓൺ മുസ്ലിം ഡമോക്രസി (മുസ്ലിം ജനാധിപത്യത്തെക്കുറിച്ച് കുറിപ്പുകൾ), ദ ന്യൂ ഇറാ, 1916.

6. സെൽഫ് ഇൻ ദ ലൈറ്റ് ഓഫ് റിലേറ്റിവിറ്റി (സ്വത്വം ആപേക്ഷികതയുടെ വെളിച്ചത്തിൽ) ദി ക്രസന്റ്, ലാഹോർ 1925.

7. കുശാൽഖാൻ കട്ടക്, ഇസ്ലാമിക് കൾച്ചർ, ഹൈദരാബാദ്, ഏപ്രിൽ 1928.

8. എ പ്ലീ ഫോർ ഡീപർ സ്റ്റഡി ഓഫ് ദി മുസ്ലിം സൈന്റിസ്റ്റ്സ് (മുസ്ലിം ശാസ്ത്രകാരന്മാരെ അഗാധമായി പഠിക്കാൻ അഭ്യർത്ഥന), ഇസ്ലാമിക് കൾച്ചർ, ഹൈദരാബാദ്, ഏപ്രിൽ 1929.

9. മാക് തഗ്ഗാർട്സ് ഫിലോസഫി (മാക് തഗ്ഗാർട്ടിന്റെ ചിന്തകൾ), ആർട്സ് ആന്റ് ലെറ്റേഴ്സ്, വാല്യം 6, 1932.

10. ഓൺ കോർപോറിയൽ റിസറക്ഷൻ ആഫ്റ്റർ ഡെത്ത് *(മരണത്തി നുശേഷമുള്ള ശാരീരികമായ പുനർജ്ജന്മത്തെപ്പറ്റി)*, ദി മുസ്ലീം റിവൈവൽ, ലാഹോർ, സെപ്തംബർ 1932.

11. സം സ്റ്റഡി നോട്സ് *(ചില പഠനക്കുറിപ്പുകൾ)*, ദി മുസ്ലീം റിവൈ വൽ, ലാഹോർ.

12. ഈസ് റിലീജ്യൺ പോസിബ്ൾ *(മതം സാദ്ധ്യമാണോ?)*, ദി പ്രൊസീഡിങ്സ് ഓഫ് അരിസ്റ്റോട്ടിലിയൻ സൊസൈറ്റി, ലണ്ടൻ, 1932–33.

13. ഇസ്ലാം ആന്റ് ഖാദിയാനിസം, ആന്റി ഖാദിയാൻ ലീഗ്, ലാഹോർ, 1934.

14. ഇസ്ലാം ആന്റ് അഹമ്മദിസം, ഫോർട്ട്നൈറ്റ്ലി ഇസ്ലാം, ജനു. 1936.

കത്തുകളും പ്രസംഗങ്ങളും

1. ന്യൂ ഇയർ മെസ്സേജ് *(പുതുവത്സര സന്ദേശം)*, ആൾ ഇന്ത്യാ റേഡിയോ പ്രഭാഷണം, 1–1–1938.

2. ലെറ്റേഴ്സ് ഓഫ് ഇഖ്ബാൽ റ്റു അതിയ്യ ബീഗം, ഇഖ്ബാൽ, എഡി. അതിയ്യ ബീഗം, ലാഹോർ 1947.

3. ലെറ്റേഴ്സ് ഓഫ് ഇഖ്ബാൽ റ്റു ജിന്ന, എഡി. മുഹമ്മദ് അശ്റഫ് ലാഹോർ 1942.

4. ലെറ്റേഴ്സ് ആന്റ് റൈറ്റിങ്സ് ഓഫ് ഇഖ്ബാൽ, എഡി, ബി എദർ, ഇഖ്ബാൽ അക്കാദമി, കറാച്ചി 1967.

5. സ്പീച്ചസ് ആന്റ് സ്റ്റേറ്റ്മെന്റ്സ് ഓഫ് ഇഖ്ബാൽ, അൽമനാർ അക്കാദമി, ലാഹോർ 1954.

6. സ്പീച്ചസ് ആന്റ് സ്റ്റേറ്റ്മെന്റ് ഓഫ് ഇഖ്ബാൽ, താരീഖ്, ലാഹോർ 1973.

7. തോട്ട്സ് ആന്റ് റിഫ്ളക്ഷൻസ് ഓഫ് ഇഖ്ബാൽ, മുഹമ്മദ് അശ്റ ഫ്, ലാഹോർ 1984.

8. ഇഖ്ബാൽ നാമ: *(മകാതിബേ ഇഖ്ബാൽ, കാവ്യങ്ങൾ, 1951 ൽ ലാഹോറിൽ നിന്ന് പ്രസിദ്ധീകരിച്ചു.*

കവിതാ സമാഹാരങ്ങൾ– ഉർദു

1. *അക്ബരീ ഇഖ്ബാൽ:* പതിനാറ് പേജുള്ള കൊച്ചുസമാഹാരം. ഹാസ്യകവിതകൾ. 1918ൽ ലാഹോറിൽ നിന്ന് പ്രസാധനം.

2. *ബാങ്കേദര:* 33 പേജുകൾ, 1924 ൽ ലാഹോറിൽ നിന്ന് പ്രസാധനം. ജീവിത യാഥാർത്ഥ്യം തേടുമ്പോൾ കവിയുടെ മനസ്സിൽ ഉണ്ടാകുന്ന അസ്വസ്ഥതകളാണ് ഇതിലെ മുഖ്യ ഇതിവൃത്തം. ഇതിലാണ് ഹിമാ ലയ, നയാശിവാല, തസ് വീറേ ദർദ് തരാനേ ഹിന്ദ്, ഹിന്ദുസ്ഥാനീ ബച്ചോം കാ ഖൗമീ ഗീത്, ശിക്വാ ഔർ ജവാബേ ശിക്വാ, ഏ ഇസ്ലാം തുടങ്ങിയ പ്രധാന കവിതകളുള്ളത്.

3. *ബാലേ ജിബ്‌രീല്‍:* 224 പേജ്, 1935 ല്‍ ലാഹോറില്‍ നിന്ന് പ്രസി
    ദ്ധീകരിച്ചു. ഉര്‍ദ്ദുവിലെഴുതിയ ഇതിന് രണ്ടു ഭാഗങ്ങളുണ്ട്. ഒന്നാം
    ഭാഗത്തില്‍ 63 ഗസലുകളുണ്ട്. രണ്ടാം ഭാഗം തുടങ്ങുന്നത്
    കൊര്‍ദോവ പള്ളിയിലെ പ്രാര്‍ത്ഥനയോടെയാണ്. യൂറോപ്പ്, ഭല
    സ്തീന്‍, അഫ്ഗാനിസ്ഥാന്‍ തുടങ്ങിയ രാജ്യങ്ങളിലെ സന്ദര്‍ശനം
    സംബന്ധിച്ച കവിതകളും ഈ ഭാഗത്ത് ഉള്‍പ്പെടുത്തിയിരിക്കുന്നു.
4. *ഉര്‍ബേകലീം:* 182 പേജ്, ലാഹോറില്‍ നിന്ന് 1936 ല്‍ പ്രസിദ്ധീകരി
    ച്ചു. ആധുനിക ജീവിതത്തെ വിമര്‍ശിക്കുന്ന കവിതകള്‍ ഉള്‍ക്കൊ
    ള്ളുന്ന ഉര്‍ദു സമാഹാരമാണിത്. ആറ് അദ്ധ്യായങ്ങള്‍ ഉള്ളതില്‍
    ഒന്നാമത്തേത് ഇസ്ലാമിനെയും മുസ്ലീങ്ങളെയും കുറിച്ചാണ്. രണ്ടാ
    മത്തേത് വിദ്യാഭ്യാസം. മൂന്നാമദ്ധ്യായം സ്ത്രീകളെപ്പറ്റി. നാലും
    അഞ്ചും അദ്ധ്യായങ്ങള്‍ യഥാക്രമം കലയെക്കുറിച്ചും രാഷ്ട്രീയ
    ആശയങ്ങളെക്കുറിച്ചുമാണ്.
5. *അര്‍മുഗാനേ ഹിജാസ്:* 280 പേജ്. ലാഹോറില്‍ നിന്ന് 1938 ല്‍ പ്രസി
    ദ്ധീകരിച്ചു.
6. *ബാഖിയാതേ ഇഖ്ബാല്‍:* 1966 ല്‍ ലാഹോറില്‍ നിന്ന് പ്രസിദ്ധീക
    രിച്ച ഏതാനും കവിതകളുടെ സമാഹാരം.

പേര്‍ഷ്യന്‍

1. *അസ്‌റാറേ ഖുദീ* (സത്യ രഹസ്യം). 155 പേജ്, പേര്‍ഷ്യനിലെഴു
    തിയ ആദ്യത്തെ സമാഹാരം. ലാഹോറില്‍ നിന്ന് 1915 ല്‍ പ്രസാ
    ധനം. സത്വത്തെക്കുറിച്ചുള്ള ഇഖ്ബാലിന്റെ കാഴ്ചപ്പാടുകളാണി
    ത്. 1920 ല്‍ ആര്‍ എ നിക്കള്‍സണ്‍ ഇത് ഇംഗ്ലീഷിലാക്കി. ലണ്ട
    നിലെ മാക്മില്ലര്‍ പ്രസിദ്ധീകരിച്ചു.
2. *റുമൂസേ ബേഖുദീ.* (സ്വത്വമില്ലായ്മയുടെ രഹസ്യം). 199 പേജ്
    ലാഹോറില്‍ നിന്ന് 1918 ല്‍ പ്രസിദ്ധീകരിച്ചു. സമൂഹ നിര്‍മ്മാണ
    ത്തിന്റെ അസ്തിവാരം. വ്യക്തി-സമൂഹ ബന്ധങ്ങള്‍ എന്നിവ
    യൊക്കെ പ്രതിപാദിക്കുന്നു. എ ജെ ആര്‍ബറി ഇത് ഇംഗ്ലീഷിലാ
    ക്കി. 1953 ല്‍ പ്രസിദ്ധീകരിച്ചു (ലണ്ടന്‍, ജോണ്‍ മുര്‍റേ).
3. *പയാമേ മശ്‌രിഖ്,* (കിഴക്കിന്റെ സന്ദേശം) 264 പേജ്, 1923 ല്‍ ലാഹോ
    റില്‍ നിന്ന് പ്രസിദ്ധീകരിച്ചു. കിഴക്കിനെക്കുറിച്ച് ജര്‍മ്മന്‍ ചിന്തകന്‍
    ഗോയ്ഥെ എഴുതിയ കവിതക്ക് പ്രതികരണമായാണ് ഇത് രചിച്ച
    ത്. ജര്‍മ്മന്‍ സാഹിത്യത്തിലും സംസ്കാരത്തിലുമുള്ള കിഴക്കിന്റെ
    സ്വാധീനം അദ്ദേഹം വിവരിക്കുന്നു. നാല് അദ്ധ്യായങ്ങളുണ്ട്.
4. *സബൂറേ അജം, (പേര്‍ഷ്യയിലെ സബൂര്‍ വേദം)* 264 പേജ്. ലാഹോ
    റില്‍ നിന്ന് 1927 ല്‍ പ്രസിദ്ധീകരിച്ചു. മൂന്ന് ഭാഗങ്ങളുള്ള ഈ കൃതി
    യുടെ ആദ്യഭാഗത്തിന്റെ പേരാണ് *സബൂറേഅജം,* രണ്ടാം ഭാഗം
    ഗുല്‍ശനേ രാസേ ജദീദ് (രഹസ്യങ്ങളുടെ പുതിയ പൂവനം), മൂന്ന്
    ബന്ദഗീ നാമ (അടിമത്തത്തിന്റെ ഗ്രന്ഥം).

ആദ്യഭാഗം എ ജെ ആർബറി *പേർഷ്യൻ സാം* എന്ന പേരിൽ മൊഴി മാറ്റം നടത്തി. 1948 ൽ പ്രസിദ്ധീകരിച്ചു. രണ്ടും മൂന്നും ഭാഗങ്ങൾ ബഷീർ അഹ്മദ് ദർ മൊഴിമാറ്റി ലാഹോറിൽ നിന്ന് 1914 ൽ പ്രസി ദ്ധീകരിച്ചു. ഹാദി ഹുസൈന്റെ മറ്റൊരു വിവർത്തനവുമുണ്ട്.

5. *ജാവീദ് നാമഃ (അനശ്വരതയുടെ ഗ്രന്ഥം)*: ഡാന്റെയുടെ *ഡിവൈൻ കോമഡിയെ* ആധാരമാക്കി രചിച്ചത്. മൗലാനാ റൂമിയോടൊപ്പം ഇഖ്ബാൽ വിവിധ രാജ്യങ്ങൾ സന്ദർശിക്കുന്നതാണ് രംഗം. അവി ടങ്ങളിൽ വെച്ച് അവർ ചരിത്രപുരുഷന്മാരുമായി സംവദിക്കുന്നു. യാഥാർത്ഥ്യത്തെ കണ്ടെത്തുന്നതിൽ കിഴക്കും പടിഞ്ഞാറും തെറ്റായ മാർഗ്ഗത്തിലാണ് ചലിക്കുന്നതെന്നാണ് കവി ബോദ്ധ്യപ്പെ ടുത്തുന്നത്. കിഴക്കൻ-പടിഞ്ഞാറൻ ചിന്തകളുടെ സമന്വയത്തിലൂടെ മാത്രമേ മനുഷ്യന് മോക്ഷം ലഭിക്കുകയുള്ളൂവെന്നും കവി സമർത്ഥി ക്കുന്നു. പുത്രൻ ജാവീദിന്റെ നാമത്തിലാണ് ഈ കൃതി.

6. *മുസാഫിർ, (യാത്രക്കാരൻ)* ലാഹോറിൽ നിന്ന് 1934 ൽ പ്രസിദ്ധീ കരിച്ചു. നാല്പത്തിനാലു പേജുള്ള ഈ സമാഹാരം അഫ്ഗാനി സ്ഥാനിലേക്കുള്ള യാത്രാവേളയിലാണ് എഴുതിയത്.

7. *പസ്ചെ ബയദ് കർദ് അയ് അഖ്വാമേ ശർഖ്, (പൗരസ്ത്യരാഷ്ട്ര ങ്ങളേ, നിങ്ങൾ എന്താണ് ചെയ്യേണ്ടത്?)* 1936 ൽ ലാഹോറിൽ നിന്ന് പ്രസാധനം. പേജുകൾ 71, കിഴക്കൻ ലോകത്തോടുള്ള ചിന്താപര മായ സന്ദേശങ്ങളാണ് ഇതിലെ പ്രമേയം.

2

ഇഖ്ബാലും ഭാരതീയ തത്ത്വചിന്തയും

അല്ലാമാ മുഹമ്മദ് ഇഖ്ബാലിന്റെ ദർശനത്തിനാധാരം ഇസ്ലാമിക ചിന്തകളാണെങ്കിലും യൂറോപ്യൻ-ഭാരതീയ ചിന്തകൾ അദ്ദേഹത്തെ വേണ്ടുവോളം സ്വാധീനിച്ചിട്ടുണ്ട്. *പേർഷ്യയിലെ അദ്ധ്യാത്മിക ശാസ്ത്രത്തിന്റെ വികാസം* എന്ന തന്റെ ഗവേഷണ പ്രബന്ധം തയ്യാറാക്കുമ്പോഴാണ് അദ്ദേഹം ഭാരതീയ ചിന്തകളെ പഠന വിധേയമാക്കിയത്. വേദാന്തത്തിലേയും ഉപനിഷത്തിലേയും ദൈവശാസ്ത്രത്തെ ഇസ്ലാമിലെ ഏക ദൈവത്വവുമായി താരതമ്യം ചെയ്യാൻ അദ്ദേഹം ശ്രമിച്ചു. അതോടെ ഭാരതീയ ജ്ഞാനികളും അവതാരപുരുഷന്മാരും ഇഖ്ബാലിന്റെ പ്രശംസക്ക് പാത്രമാവുകയും ചെയ്തു.

യുക്തിയുക്തവും വിവേകപൂർണ്ണവുമായ തത്ത്വശാസ്ത്രമെന്ന് ഖ്യാതിനേടിയ സാംഖ്യദർശനത്തിന്റെ സ്ഥാപകനായ കപിലനോടും അദ്വൈതവാദത്തിന്റെ വിധാതാവായ ശങ്കരാചാര്യരോടും ഇഖ്ബാൽ അളവറ്റ ബഹുമാനം പുലർത്തി. പ്രകൃതിയുടെ സ്വഭാവഗുണങ്ങളായി കപിലൻ പ്രതിപാദിക്കുന്ന സത്ത്വം (നന്മ), രജസ്സ് (ആഗ്രഹം), തമസ്സ് (ഇരുട്ട്) എന്നിവയെ വിശകലനം ചെയ്തു പേർഷ്യൻ തത്ത്വശാസ്ത്രത്തിൽ ഭാരതീയ ചിന്തക്കുള്ള സ്വാധീനം ഇഖ്ബാൽ കണ്ടെത്തി. 'സത്ത്വ/രജസ്/തമസാം സാമ്യാവസ്ഥാ പ്രകൃതി' (സത്ത്വരജസ് തമോഗുണങ്ങളുടെ സമതുലിതാവസ്ഥയാണ് പ്രകൃതി) എന്നത് പേർഷ്യൻ ചിന്തകനായ മനിഷെയ്സും (Manichaeus) പുലർത്തിയിരുന്നുവെന്ന് ഇഖ്ബാൽ കണ്ടെത്തുന്നു.

മുസ്ലീം ചിന്തകനായ അബ്ദുൾ കരീം ജീലിയുടെ ഈശ്വരസത്ത യെക്കുറിച്ച് ചർച്ച ചെയ്യുമ്പോൾ ശങ്കരന്റെ അദ്വൈതത്തെ വിശദമായി താരതമ്യം ചെയ്യുന്നു. അദ്വൈതം ഇസ്ലാമിന്റെ ഏകത്വത്തിൽ നിന്ന് എങ്ങനെ വ്യത്യാസപ്പെട്ടിരിക്കുന്നു എന്ന് വ്യക്തമാക്കുന്നതോടൊപ്പം മായാ

സിദ്ധാന്തത്തെ ഇഖ്ബാൽ നിരാകരിക്കുകയും ചെയ്യുന്നു. സൃഷ്ടിജാല ങ്ങൾ കേവലം മായയാണെന്ന് പറയാൻ വയ്യ. അവ യാഥാർത്ഥ്യം തന്നെ യാണ്. അതേസമയം പരമയാഥാർത്ഥ്യത്തിൽ നിന്ന് ഭിന്നവും ആണ് എന്ന അബ്ദുൾ കരീം ജീലിയുടെ തത്ത്വമാണ് അദ്ദേഹം സ്വീകരിച്ചത്. പ്രതി ഭാസിക ലോകം ഗോചരമായതും മനസ്സിന് ബോധ്യപ്പെടുന്നതുമായ ഒരു യാഥാർത്ഥ്യമാണ്. ഇതിന് നിമിത്തമായ പരമയാഥാർത്ഥ്യമാവട്ടെ വിശേ ഷണങ്ങൾ (സിഫാത്)ക്ക് പിന്നിൽ ഒളിഞ്ഞിരിക്കുന്ന സത്ത (ദാത്) തന്നെ യാണ്. അത് ഗോചരമല്ലാത്തതിനാൽ മനസ്സിനെ ബോധ്യപ്പെടുത്തുക എളുപ്പവുമല്ല.

പരിപൂർണ്ണതയിലേക്കുള്ള മനുഷ്യന്റെ പ്രയാണത്തെക്കുറിച്ച് വിവ രിക്കുമ്പോൾ, മനുഷ്യന് ബോധ്യമാവുന്ന ഒരു പ്രത്യേക അവസ്ഥയെ ക്കുറിച്ച് അൽജീലി പ്രതിപാദിക്കുന്നുണ്ട്:

"തന്റെ നാമങ്ങളുടെ പ്രകാശത്താൽ ദൈവം ഒരു മനുഷ്യനെ പ്രഭാ പൂരിതമാക്കുമ്പോൾ ദൈവനാമത്തിന്റെ കണ്ണഞ്ചിക്കുന്ന തേജസ്സിനാൽ മനുഷ്യൻ സ്വയം നശിച്ചുപോകുന്നു."

ഈ അവസ്ഥ വിശദീകരിക്കുന്നതിന് ഇഖ്ബാൽ കപിലനെ ആശ്ര യിക്കുകയാണ്. മേൽ അവസ്ഥയിൽ മനുഷ്യൻ നിശ്ചലനാവുന്നില്ല. ചർക്ക യുടെ ചക്രംപോലെ അവൻ മുന്നോട്ടു നീങ്ങിക്കൊണ്ടിരിക്കുകയാണ്. പ്രകൃതിയുമായി പൂർണ്ണമായും വിലയം പ്രാപിക്കുന്ന അവസ്ഥ സംജാ തമാവുമ്പോഴാണ് മനുഷ്യൻ വിളിച്ചു പറയുക: "അവൾ ഞാനാണ്, ഞാൻ അവളാണ് ഞങ്ങളെ വേർപെടുത്തുവാൻ ആർക്കുമാവില്ല."

അദൃശ്യനായ യാഥാർത്ഥ്യത്തെ സാക്ഷാൽക്കരിക്കുന്നതിന് ചില സൂഫിമാർഗ്ഗങ്ങൾ വേദാന്തതത്ത്വങ്ങളെ ആശ്രയിച്ചിരിക്കുന്നുവെന്ന് ഇഖ്ബാൽ കണ്ടെത്തുന്നു. നഖ്ശബന്ദീ മാർഗ്ഗത്തെയാണ് ഉദാഹരണ മായി ചൂണ്ടിക്കാട്ടുന്നത്. വേദാന്തത്തിലെ ചില ധ്യാനരീതികൾ സ്വീകരി ച്ചുവെന്നതിന് പുറമെ മനുഷ്യശരീരത്തിൽ വിവിധ വർണ്ണങ്ങളിലുള്ള ആറു മഹാ പ്രകാശകേന്ദ്രങ്ങളുണ്ട് എന്ന കുണ്ഡലീനി സിദ്ധാന്തം നഖ്ശബന്ദി സൂഫിസത്തിലും കാണുന്നു. ഇതൊന്നും പരസ്പരം അനുകരിച്ചതല്ല, മറിച്ച് ഏകത്വത്തെ തേടുമ്പോൾ സ്വമേധയാ ഉണ്ടായ സാമ്യങ്ങളാണ്. ഇതുപോലെ സൂഫിസത്തിലെ 'ആത്മനാശ' (ഫനാഅ്) ത്തിന് ബുദ്ധമ തത്തിലെ നിർവ്വാണവുമായുള്ള ബന്ധവും ഇഖ്ബാൽ പരാമർശിക്കുന്നു. ഇക്കാര്യത്തിൽ ഇഖ്ബാൽ പാശ്ചാത്യൻ ഇന്തോളജിസ്റ്റുകളെ അനുകരി ക്കുകയാണ്. എന്നാൽ പാശ്ചാത്യർതന്നെ പിന്നീട് സൂഫി-ബുദ്ധ ബന്ധ ങ്ങളെ തള്ളിപ്പറഞ്ഞിരിക്കുന്നു.

ആത്മനാശ (ഫനാഅ്) സിദ്ധാന്തത്തിന് വേദാന്തവുമായുള്ള ബന്ധം സ്ഥാപിക്കാൻ ഇഖ്ബാൽ പ്രസിദ്ധ സൂഫിയായ അബൂയസീദ് ബിസ്താ മിയെയാണ് ആശ്രയിക്കുന്നത്. ബിസ്താമിയാണ് 'ഫനാഅ'ന് ആദ്യമായി ഒരു വ്യാഖ്യാനംതരുന്നത്. ബിസ്താമിയുടെ ഗുരുവായ അബു അലി സിദ്ദീഖിന് അദൈതത്തിന്റെ നിഗൂഢഭാവങ്ങൾ അറിയാമായിരുന്നത്രെ. *ഉർദു ഇസ്ലാമിക വിജ്ഞാനകോശം ഒന്നാം വാല്യത്തിൽ ഈ വിവരങ്ങൾ വിശദമായി പ്രതിപാദിക്കുന്നു.*

സൂഫികളുടെ വീക്ഷണത്തിൽ ജ്ഞാനത്തിന്റെ ഉറവിടം ഹൃദയ (ഖൽബ്)മാണ്. ആത്മാവും മനസ്സും കൂടിയുള്ള നിഗൂഢമായ ഒരു സംയോ ജനമാണ് ഖൽബ്. അസ്തിത്വത്തിന്റെ അന്തിമ യാഥാർത്ഥ്യങ്ങളെ ഗ്രഹി പ്പിക്കാനുള്ള ഒരവയവമാണിത്. ഉന്നത ജ്ഞാനം വെളിപ്പെടുത്തുന്ന ഉറ വിടമായാണ് വേദാന്തവും ഹൃദയത്തെ പരിചയപ്പെടുത്തുന്നത്. സ്വന്തം അസ്തിത്വത്തെക്കുറിച്ച് വ്യക്തിയെ ധരിപ്പിക്കുന്നത് ഹൃദയമാണ്. ഹൃദ യത്തെക്കുറിച്ച് പറയുമ്പോൾ വേദാന്തത്തിന്റെയും സൂഫിസത്തിന്റെയും വീക്ഷണങ്ങൾ ഒന്നുതന്നെ.

ഇബ്നുസീനയും ചില സൂഫികളും അന്തിമയാഥാർത്ഥ്യത്തെ (ultimate Reality) അനശ്വര സൗന്ദര്യമായി അവതരിപ്പിച്ചിരിക്കുന്നത് ബുദ്ധ മതത്തിൽ നിന്ന് പ്രചോദനം കൊണ്ടാവാമെന്നും ഇഖ്ബാൽ സമർത്ഥി ക്കുന്നു. ഏകദൈവത്തിന്റെ സമർത്ഥനത്തിനും ദൈവിക സ്നേഹത്തിന്റെ വികാസത്തിനും വേണ്ടി വിശ്വാസത്തിനെതിരല്ലാത്ത ഏതു തത്ത്വങ്ങ ളെയും ഉൾക്കൊള്ളാൻ സൂഫികൾ കാണിച്ച വിശാലമനസ്കതയാണ് ഈ താരതമ്യം വഴി ഇഖ്ബാൽ വെളിച്ചത്ത് കൊണ്ടുവരുന്നത്.

ബാലെ ജിബ്‌രീൽ എന്ന കവിതാ സമാഹാരത്തിന് വ്യാഖ്യാനമെ ഴുതിയ ആനി മേരി ഷിമ്മൽ എഴുതുന്നു:

> ഒരു തത്ത്വചിന്തകനെന്ന നിലയ്ക്ക് ഇഖ്ബാലിന് ഭാരതീയ ചിന്ത യിൽ താല്പര്യമായിരുന്നു. പ്രത്യേകിച്ചും പലപ്പോഴും അദ്ദേഹം ഉദ്ധരിക്കാറുള്ള ഉപനിഷത്തുവചനങ്ങളിൽ മാക്സ് മുള്ളർ എഴു തിയ വേദാന്ത ഫിലോസഫി അദ്ദേഹത്തിന്റെ സ്വകാര്യ ലൈബ്ര റിയിൽ സൂക്ഷിച്ചിരുന്നു. തന്റെ ചെറുപ്പകാലത്ത് വേദാന്ത വിചാര ങ്ങളിൽ മുഴുകിയിരിക്കുമ്പോൾ അതിന്റെ മഹാശ്ചര്യകരമായ പരി ശുദ്ധിയെ അദ്ദേഹം വാഴ്ത്തിയിരുന്നു. ഉപനിഷത്തുകളിലെ ഉപമ കൾ പലപ്പോഴും തന്റെ കവിതയിൽ സ്ഥാനം പിടിച്ചിരുന്നു. ഉദാ ഹരണത്തിന് ജാവേദ്നാമഃയിലെ തവളയെക്കുറിച്ചുള്ള വിവരണം. ആത്മാവിനെക്കുറിച്ചുള്ള തന്റെ കാഴ്ചപ്പാടിലും, ഒരു പരിധിവരെ തന്റെ സ്വത്വവീക്ഷണത്തിലും ഈ സ്വാധീനം കണ്ടേക്കാം. അദ്വൈതത്തെ പില്‌ക്കാലത്ത് അദ്ദേഹം എതിർത്തുവെന്നതും മറ ന്നുകൂടാ.[1]

ഭാരതീയ ചിന്തയിൽ സ്വാതന്ത്ര്യത്തെക്കുറിച്ചും മനുഷ്യാത്മാവിന്റെ അനശ്വരതയെക്കുറിച്ചുമുള്ള വീക്ഷണങ്ങൾ ഇഖ്ബാലിനെ സ്വാധീനി ച്ചിരുന്നു. മനുഷ്യാത്മാവ് അനശ്വരമാണെന്ന് വിശ്വസിച്ച അദ്ദേഹം മര ണത്തെ മറ്റൊരു ജീവിതമായി അവതരിപ്പിക്കുകയാണ്.

ജീവിതത്തിന്റെ നവോത്ഥാനമല്ലോ
മരണം
നിദ്രയുടെ മൂടുപടത്തിലൊളിപ്പിച്ച
പുനരുത്ഥാനത്തിന്റെ

മറ്റൊരു സന്ദേശം[2]
അജ്ഞാനിക്ക് മരണം
ജീവിതാന്ത്യമാണ്
പക്ഷേ, ഈ ജീവിതസായാഹ്നം
അനശ്വര പ്രഭാതത്തെ
വിടർത്തുകയാണ്[3]

നിന്റെ സ്വത്വം
സ്വയം വികസിതമാണോ?
സ്വാശ്രിതമാണോ?
നിരീക്ഷണമാണോ?
എങ്കിൽ നിന്റെ ജീവിതജ്വാലയെ
കെടുത്താൻ മരണത്തിനു
പോലുമാവില്ല."[4]

ഇഖ്ബാലിന്റെ ജീവചരിത്രത്തെ പ്രതിപാദിക്കുന്ന റോസ്ഗാറേ ഫഖീർ എന്ന സമാഹാരത്തിൽ സ്നേഹത്തെക്കുറിച്ചുള്ള ഒരു സംസ്കൃത ശ്ലോകം അദ്ദേഹം ഉർദുവിലേക്ക് മൊഴിമാറ്റം നടത്തിയത് ഇപ്രകാരമാണ്.

പരിവാരത്തിൽ നിന്നൊട്ടും ഭയമില്ല. അപരിചിതരിൽ നിന്ന് അപ കടവുമില്ല. മിത്രങ്ങളിൽ നിന്ന് ശല്യമില്ല. ശത്രുക്കളിൽ നിന്ന് വിഘ്നവുമില്ല. എന്റെ ദൃഷ്ടി തീക്ഷ്ണമായേക്കാം. പക്ഷേ, ഹൃദ യത്തിൽ ഭയമൊട്ടുമില്ല. സ്നേഹത്തിന്റെ സ്ഫുലിംഗങ്ങൾ എന്റെ നെഞ്ചിൽ വെളിച്ചം പരത്തട്ടെ. ചുറ്റുമുള്ള ലോകം എനിക്ക് സ്നേഹസന്ദേശം വർഷിക്കട്ടെ.[5]

പ്രസ്തുത സംസ്കൃത ശ്ലോകം

അഭയം മിത്രാദ്
അഭയം അമിത്രാദ്
അഭയം ജ്ഞാതാദ്
അഭയം പരോക്സാദ്
അഭയം നക്താ
അഭയം ദിവാന
സർവ്വം ആശാ മമ
മിത്രം ഭവന്തു.

അദ്വൈത ചിന്തകളെ ഇസ്ലാമിന്റെ ഏകത്വവുമായി താരതമ്യം ചെയ്യാൻ ഇഖ്ബാൽ ശ്രമിച്ചിരുന്നു. സൂഫിസത്തിന്റെ അതിരുകടന്ന രൂപ മായി അദ്വൈതം ഹല്ലാജിൽ പ്രത്യക്ഷപ്പെടുന്നതായി അദ്ദേഹം കാണു ന്നു. മൻസൂർ ഹല്ലാജിന്റെ അനൽ ഹഖും (ഞാനാണ് യാഥാർത്ഥ്യം) ഉപനിഷത്തിലെ അഹം ബ്രഹ്മാസ്മിയും കവി താരതമ്യം ചെയ്യുന്നുണ്ട്.

മൻസൂർ ഹല്ലാജി (875-922) ന്റെ സർവ്വേശ്വരബോധത്തെക്കുറിച്ച് ഇഖ്ബാൽ പറഞ്ഞു:

ഉപനിഷത്തിന്റെ ആവേശത്തിലാണ് ഹല്ലാജ് സംസാരിച്ചത്. അനൽഹഖ് (ഞാനാണ് സത്യം) എന്നത് ഉപനിഷത്തിലെ 'അഹം ബ്രഹ്മാസ്മി'യാണ്. ഞാനാണ് സത്യം എന്ന് വിളിച്ചു പറഞ്ഞ തിന്റെ പേരിൽ പണ്ഡിതവിധി പ്രകാരം ഹല്ലാജ് തൂക്കിലേറ്റപ്പെടു കയായിരുന്നു. അദ്ദേഹം അങ്ങനെ പറഞ്ഞത് ഉന്മാദാവസ്ഥയിലാ യതുകൊണ്ട് കുറ്റക്കാരനല്ല എന്ന് സൂഫികൾ അവകാശപ്പെട്ടു. അവരദ്ദേഹത്തെ രക്തസാക്ഷിയായി വാഴ്ത്തി.

ഹല്ലാജിനെയും ശ്രീ ശങ്കരനെയും കവി പൂർണ്ണമായും അംഗീകരി ക്കുന്നില്ലെന്നാണ് 'ഗുൽഷനെ റാസെ ജദീദ്' എന്ന കവിതയിൽ നിന്ന് മനസ്സിലാകുന്നത്.

"ശങ്കരനെക്കുറിച്ചൊന്നും പറയണ്ട,
മൻസൂറിനെക്കുറിച്ചും
സത്യമാർഗ്ഗത്തിലെപ്പോഴും
ദൈവത്തെ തേടുവിൻ."[6]

ലോകമെന്നത് കേവലം പ്രകടനം മാത്രം. പക്ഷേ, നമ്മളില്ലാതെ അതിൽ വെളിച്ചവും ശബ്ദവുമുണ്ടാവില്ല [7] *(ബാലേ ജിബ്രീൽ)*. സത്വ ത്തിന്റെ ഉറക്കത്തിൽ നിന്നാണ് രാത്രി ജന്മമെടുക്കുന്നത്. സത്വം ഉണരു മ്പോഴാണ് പ്രഭാതം പൊട്ടി വിടരുന്നത്[8] *(അസ്റാറേ ഖുദി)*.

അദൈ്വതത്തെ ഒരു പരിധിവരെ അംഗീകരിക്കുന്നുണ്ടെങ്കിലും സൃഷ്ടി വെറും മായയാണെന്ന് പറയാൻ ഇഖ്ബാൽ ഒരുക്കമല്ല. ആത്മാവ് ബ്രഹ്മത്തിന്റെ ഭാഗമാണെന്ന് അംഗീകരിക്കാനും തയ്യാറല്ല. ഇസ്ലാമിക വിശ്വാസത്തെ അംഗീകരിച്ചുകൊണ്ട് സൃഷ്ടിയും സ്രഷ്ടാവും തികച്ചും രണ്ടാണെന്നാണ് അദ്ദേഹം സമർത്ഥിച്ചിരിക്കുന്നത്.

ശ്രീബുദ്ധൻ

ശ്രീബുദ്ധനെ ഒരു പ്രവാചകനായാണ് ഇഖ്ബാൽ അവതരിപ്പിക്കു ന്നത്. മാനുഷിക മൂല്യങ്ങളെ അടിസ്ഥാനമാക്കി ബുദ്ധൻ നല്കിയ സന്ദേ ശങ്ങൾ മനുഷ്യന്റെ ദുരിതങ്ങളോട് കാണിച്ച അനുകമ്പ അദ്ദേഹം വരച്ചു കാണിക്കുന്നു. വൈശാലിയുടെ കൊട്ടാരത്തിലെ നർത്തകിയായ അമ്ര പാലിക്ക് ബുദ്ധൻ നല്കിയ ഉദ്ബോധനങ്ങൾ അദ്ദേഹം ഇപ്രകാരം ചിത്രീ കരിക്കുന്നു.

"പഴയ വീഞ്ഞും-തന്റെ
പ്രേമഭാജനവും
സ്വർഗ്ഗപൂന്തോപ്പിലെ
സുന്ദരിമാരും
അന്തരാത്മാവിൽ

ബ്രഹ്മത്തെത്തേടുന്ന
ബ്രഹ്മാനുരാഗിക്കൊരു
പ്രശ്നമല്ല
അനശ്വരമെന്നു ധരിച്ച
സാനുക്കളും
അതിരുകളില്ലാത്ത
കടലും മണല്‍ക്കാടും
അന്തരാത്മാവില്‍
ബ്രഹ്മത്തെത്തേടുന്ന
ബ്രഹ്മാനുരാഗികള്‍–
ക്കൊന്നുമല്ല.
പാശ്ചാത്യജ്ഞാനവും
പൗരസ്ത്യ ചിന്തയും
ചലനമറ്റ ബിംബഗേഹങ്ങള്‍ മാത്രം
ഇവയെ വലം വയ്ക്കുന്നതോ വ്യര്‍ത്ഥം
നോക്കുവിന്‍ അന്തരാത്മാവിലേക്ക്
നിര്‍ഭയം സഞ്ചരിക്കുവിന്‍–ഈ
ജീവിത സാഗരത്തില്‍
അസ്തിത്വം ഓ, നിനക്കു മാത്രം
അല്ലാത്തവരൊക്കെ നശ്വരം
പരിശ്രമത്തിലൂടെ പടുത്ത
പാതയിലുറച്ചു നീങ്ങുവിന്‍
സാര്‍ത്ഥവാഹകസംഘവും
സങ്കേതവും മാറും–മണല്‍കുന്നുകളും
ഒന്നും പ്രസക്തമല്ലെന്ന് നന്നായ–
റിഞ്ഞു കൊള്ളുവിന്‍.[9]

വീണ്ടും

അശരീരിയായ് നീ ജീവിച്ചിടല്ലാ– ഈ
ശകുനങ്ങളത്രയും കേവല മായയല്ലേ.
ഉലകില്‍ കഴിഞ്ഞിടും കാലമൊക്കെ–മോഹ
വലയങ്ങളില്‍ നീ പെട്ടുലഞ്ഞീടല്ലാ
നീ തേടുന്ന സ്വര്‍ഗ്ഗലോകം മിഥ്യ
നീ പണിയും സ്വര്‍ഗ്ഗാരാമമാണ് സത്യം
അസംബന്ധം നീ തേടുമൊരാത്മശാന്തി
അപരന്റെ ദുഃഖം തരുമാശ്രു സത്യം
നയനവിലാസവും തീക്ഷ്ണമാം ദൃഷ്ടിയും
സംഗീതസദ്യാ വിനോദങ്ങളൊക്കെയും
ആനന്ദപങ്കിലം, എങ്കിലുമത് സത്യമോ?
നുണക്കുഴി വിരിയുന്ന കവിളും കത്തുന്ന നോട്ടവും

വ്യർത്ഥം! നിത്യവും നിലനില്ക്കും നല്ല
ശീലഭാവങ്ങളും ഉത്തമ ചിന്തയും മാത്രം[10]

ശ്രീബുദ്ധന്റെ സന്ദേശം ശ്രവിച്ച മാത്രയിൽ കൊട്ടാരനർത്തകി അവി
ടത്തെ ശിഷ്യപദവി സ്വീകരിച്ച് മോഹങ്ങളോട് വിടപറയുന്നു. അതിനു
ശേഷം ആ സ്ത്രീയുടെ പ്രാർത്ഥന ഗസൽ രൂപത്തിൽ കവി അവതരി
പ്പിക്കുന്നു:

"ഹൃദയമെൻ മുഖരിതം ദിവ്യദാഹത്താൽ
വ്യഥാ മോഹങ്ങളതിനെ മൃതതുല്യമാക്കല്ലേ
വ്യാമോഹങ്ങളെ പ്രണയിക്കയാകിലോ
കേശാഗ്രത്തിലിനിയും ചുരുൾ തുന്നി സായൂജ്യം കൊള്ളു നീ
ഹൃദയത്തിലെവിടെയോ നീ തീർത്ത ജ്യോതിയിൽ
നിഷ്പ്രഭമാകുന്നു സൂര്യചന്ദ്രാദികൾ
പ്രേമാഭിരാമം നിന്നിൽ പൂകുവാൻ മോഹിച്ച
വിഗ്രഹപൂജനിയാമപരാധി ഞാൻ
പ്രേമമല്ലോ കമിതാക്കൾക്കൊക്കെയും
അപവാദം വരുത്തി വയ്ക്കുന്നതും സദാ
പൂങ്കുയിലാണ് ഞാൻ-എനിക്കു വേണം
പരമാനന്ദമാകുമൊരു പൂങ്കാവനം
പാരതന്ത്ര്യമില്ലാതെ പുതുഗീതം സദാ
പാവനമീ ഭാവന തന്നൊരു സായൂജ്യമേ
പാദങ്ങളിതാ ഈ പാദസരമഴിച്ചിടു
പ്രൗഢിയുടെ പുറംപൂച്ചഴിച്ചു മാറ്റുവിൻ
പകരം പരുക്കൻ കമ്പിളി കൊണ്ടെന്നെ പുതയ്ക്കുവീൻ
ഫർഹദ് ഒരു പർവ്വതം മറിച്ചതിലെന്ത് വിസ്മയം
പ്രേമത്തിനീ മാമലകളെല്ലാം
കേവലം തുവൽക്കെട്ടുമാത്രം."[11]

ഇഖ്ബാൽ സംസ്കൃതം പഠിച്ചിരുന്നുവെന്ന് ജീവചരിത്രകാരൻ
മാജിദ സാലികും സ്നേഹിതയായ അതിയ ഫൈസിയും പറയുന്നു.
ഹിന്ദു കീർത്തന കാവ്യമായ ഗായത്രിമന്ത്രം അദ്ദേഹത്തെ ഹഠാദാകർഷി
ച്ചിരുന്നു. ഗായത്രിമന്ത്രം അവലംബിച്ചു കൊണ്ടാണ് അദ്ദേഹം
'അഫ്താബ്' എന്ന കവിത രചിച്ചത്. ഇതിന്റെ ആമുഖത്തിൽ ഇഖ്ബാൽ
എഴുതുന്നു:

സംസ്കൃത ഭാഷയിലെ പദവിന്യാസ സങ്കീർണ്ണതകൾ കാരണം
അതിനെ ആധുനികഭാഷയിലേക്ക് വിവർത്തനം ചെയ്യാനെളുപ്പമ
ല്ല. ഉദാഹരണത്തിന് 'സവിതുർ' എന്ന സംസ്കൃത പദത്തെ ഉർദു
വിലാക്കാൻ വിഷമമാണ്. 'അഫ്താബ്' എന്നാണതിന് അർത്ഥം
നല്കിയിരിക്കുന്നത്.

ദിവ്യപ്രകാശത്തെയാണ് 'അഫ്താബ്' സൂചിപ്പിക്കുന്നത്. അതിൽ നിന്നാണ് നമുക്ക് ഗോചരമായ സൂര്യന് പ്രകാശം ലഭിക്കുന്നത്. പൗരാണിക ഗ്രന്ഥങ്ങളും സൂഫി പുണ്യവാളന്മാരും ദൈവികമായ അസ്തിത്വത്തെ പ്രകാശമായാണ് വിശേഷിപ്പിക്കുന്നത്. വിശുദ്ധ ഖുർആൻ പറയുന്നു: 'അല്ലാഹു ആകാശഭൂമികളുടെ പ്രകാശമാ ണ്.' ഉത്തുംഗമായ ശബ്ദപ്രൗഢിയും താളാത്മകതയും നിറഞ്ഞ സ്വരവ്യഞ്ജനങ്ങൾ സംലയിപ്പിച്ച ഗായത്രീമന്ത്രം വിവർത്തനാ തീതമാണ്. സൂര്യനാരായണ ഉപനിഷത്തിലെ വിവർത്തനമാണ് ഞാൻ ആശ്രയിച്ചിരിക്കുന്നത്. എന്റെ വരികൾ കൊള്ളാം എന്നു വെച്ച് അത് ഗായത്രിമന്ത്രമാകുന്നില്ല.[12]

പ്രപഞ്ചത്തിന്റെ പരമാത്മാ-
വാകുന്ന ഭാസ്കരാ
പുസ്തകപ്പുറങ്ങളെ ക്രമത്തി-
ലാക്കുന്ന കർത്തനാ
ജീവൽമരണങ്ങളുടെ നിദാനമേ
ഈ പുൽമേടകളുടെ ഔജല്യമേ
മൂലകങ്ങൾക്ക് ചലനം തന്നവനേ
അണുവിലൊക്കെയും ജീവാസക്തി
യായവനേ
പ്രപഞ്ച പ്രകാശത്തിന് കാരണഭൂതനേ
ബുദ്ധി ബോധാത്മാക്കൾക്കൊക്കെയും
നിമിത്തമേ
ഓ ദിവാകരാ!
അനുഭവബോധത്താൽ ഞങ്ങളെ
പ്രബുദ്ധരാക്കണേ
ജീവിത വിനോദത്തിന് നിദാനമായവനേ
ജീവജാലങ്ങൾക്കൊക്കെയും ദൈവ-
മായവനേ
ജീവാണുക്കളിലൊക്കെയും
വിസ്മയം തീർത്തവനേ
മാമലകൾക്കൊക്കെയും സ്വാധീന
മായവനേ
ദൈവമേ, നീയല്ലോ
ജീവിതനാഥൻ.
മഹത്ത്വങ്ങൾക്കൊക്കെയും
നീയാണ് രാജൻ
ആദ്യമില്ലാത്തവൻ
അന്തവുമില്ലാത്തവൻ
സ്വതന്ത്രമാണെന്നും നിന്റെ രശ്മികൾ
നിന്റെയഗ്നിയും പ്രകാശവുമാണെൻ
ജീവിതത്തിൻ അന്തസ്സത്ത[13]

കര്‍മ്മത്തെക്കുറിച്ച് *ഭഗവദ്ഗീത* നല്‍കുന്ന ദര്‍ശനം ഇഖ്ബാലിനെ നന്നേ സ്വാധീനിച്ചിരുന്നു. *ഗീത*യില്‍ ആത്മാവിനെ നശ്വരമായും കര്‍മ്മത്തെ അനശ്വരമായും വിലയിരുത്തുന്നു. കര്‍മ്മമാണ് ജീവിതല ക്ഷ്യം. കര്‍മ്മഫലം എന്തുതന്നെയായാലും ശരി, ഓരോരുത്തരും അവര വരുടെ കര്‍ത്തവ്യം നിര്‍വ്വഹിച്ചുകൊണ്ടിരിക്കണം. കര്‍മ്മം വ്യക്തിയില്‍ നിന്ന് വേര്‍പെടുമ്പോള്‍ അത് ആത്മാവിനെ പരമാത്മാവുമായി ബന്ധി പ്പിക്കുന്നു. *അസ്രാറേ ഖുദീ* എന്ന കാവ്യസമാഹാരത്തിന്റെ ആമുഖ ത്തില്‍ *ഗീത*യുടെ അടിസ്ഥാന ദര്‍ശനത്തെക്കുറിച്ച് ഇഖ്ബാല്‍ ഇപ്രകാരം വിലയിരുത്തുന്നു:

മാനവികതയുടെ ബൗദ്ധിക ചരിത്രത്തില്‍ ശ്രീകൃഷ്ണന്റെ നാമം ആദരവോടെയും അപദാനത്തോടെയും പരിഗണിക്കണം. ഈ രാഷ്ട്രത്തിന്റെ ദാര്‍ശനിക പാരമ്പര്യങ്ങളെ ഈ മഹാമനുഷ്യന്‍ ഹൃദ്യമായി വിമര്‍ശനവിധേയമാക്കിയിരിക്കുന്നു. കര്‍മ്മത്തെ ത്യജി ക്കുകയെന്നാല്‍ അതിനെ സമ്പൂര്‍ണ്ണമായി ത്യജിക്കലല്ലെന്ന് അദ്ദേഹം നമ്മെ ബോദ്ധ്യപ്പെടുത്തുന്നു. കാരണം പ്രകൃതിക്ക് ആവ ശ്യമായ ഒന്നാണ് കര്‍മ്മം. അത് ജീവിതത്തെ ശക്തിപ്പെടുത്തു ന്നു. കര്‍മ്മത്യാഗമെന്നാല്‍ കര്‍മ്മഫലത്തില്‍ നിന്ന് കര്‍മ്മത്തെ മുക്തമാക്കുകയാണ്.[14]

ജാവേദ്നാമ എന്ന സമാഹാരത്തില്‍ ഇഖ്ബാല്‍ റൂമിയും വിശ്വാമി ത്രനും തമ്മിലുള്ള സാങ്കല്‍പിക സംഭാഷണം അവതരിപ്പിക്കുന്നുണ്ട്. ഇന്ത്യന്‍-ഇസ്ലാമിക ആദ്ധ്യാത്മിക ചിന്തകളെ ഇതിലൂടെ പരസ്പരം വില യിരുത്തുന്നു:

യുക്തിയുടെ മരണം സംഭവിക്കുന്നതെപ്പോള്‍?
ചിന്തക്ക് വിരാമമിടുമ്പോള്‍
എന്താണ് ഹൃദയത്തിന്റെ മരണം?
പ്രാര്‍ത്ഥനയോട് വിടപറയല്‍
എന്താണ് ശരീരം?
പാതയോരത്തെ ധൂളീശേഖരം
എന്താണ് ആത്മാവ്?
ഏകദൈവത്വത്തിന്റെ മന്ത്രോച്ചാരണം
എന്താണ് മനുഷ്യന്‍?
ദൈവത്തിന്റെ പരമരഹസ്യം
എന്താണ് പ്രപഞ്ചം?
നമുക്ക് ചുറ്റുമുള്ളതൊക്കെ
ശാസ്ത്രമെന്താണ്? കലയെന്താണ്?
അത് വെറും പുറംതോടാണ്.
വിശ്വാസമെന്താണ്?
സ്നേഹിതനെ അഭിമുഖീകരിക്കലാണ്.
സാധാരണക്കാരന്റെ വിശ്വാസമെന്താണ്?

മറ്റുള്ളവരിൽ നിന്ന് കേൾക്കുന്നതെന്തോ അത്.
ജ്ഞാനിയുടെ വിശ്വാസമോ?
അവരുടെ തന്നെ ഉൾക്കണ്ണ്
എന്റെ മറുവചനം ആ
ദേഹിക്കാനന്ദദായകമായി
ആത്മരഹസ്യങ്ങൾ
എനിക്കായ് തുറന്നുതന്നു.[15]

സ്വാമി വിശ്വാമിത്രനെ ആരിഫെ ഹിന്ദ്(ഇന്ത്യയുടെ ജ്ഞാനി) എന്നാണ് ഇഖ്ബാൽ വിളിക്കുന്നത്. ജീവിതത്തെക്കുറിച്ചുള്ള അദ്ദേഹ ത്തിന്റെ ഒമ്പത് ദർശനങ്ങളെ കവി പുനരാഖ്യാനം ചെയ്യുന്നതിപ്രകാര മാണ്:

1. പരമയാഥാർത്ഥ്യത്തെ (ദാതെ ഹഖ്) തേടുന്നവർക്ക് ഈ ലോകം ഒരു മറയല്ല. കുളത്തിൽ കാണുന്ന പ്രതിബിംബം അതിലേക്ക് ചാടു ന്നതിന് തടസ്സമാകുന്നതെങ്ങനെ?

2. പുതിയൊരു ലോകത്ത് പുനർജ്ജന്മം കൊള്ളുകയാണുത്തമം. എങ്കിൽ ഒരിക്കൽക്കൂടി യുവത്വം വീണ്ടെടുക്കാം.

3. സത്യം മരണത്തെ മറികടക്കുന്നു. സത്യം ജീവിതമാണ്. മരണമാ കുന്ന അനശ്വരനിദ്രയിൽ കഴിഞ്ഞതൊന്നും മനുഷ്യർ ഓർക്കുന്നില്ല. തൂവലില്ലാത്ത പക്ഷിപോലാണ് നാം. നമുക്ക് പൂർണ്ണത വന്നിട്ടില്ല. എങ്കിലും മരണത്തെക്കുറിച്ചുള്ള നമ്മുടെ ജ്ഞാനം ദൈവത്തെ പ്പോലും അതിശയിപ്പിക്കുന്നു.

4. സമയം മധുരം പുരട്ടിയ വിഷഗുളികയാണ്. വിദ്വേഷത്തിൽ ഒളി പ്പിച്ച ഔദാര്യമാണത്. സമയത്തിന്റെ പിടിയിലൊതുങ്ങാത്തതൊന്നു മില്ല. ദൈവകാരുണ്യമാണ് അതിനെ മറികടക്കാൻ സഹായിക്കുന്നത്.

5. ഓ ഉദ്ബുദ്ധത നേടിയവനേ, അവിശ്വാസം മരണമാണ്. മരിച്ചവനു മായി മല്ലിടുന്നത് യോദ്ധാവിന് ഭൂഷണമാണോ? വിശ്വാസി എന്നും ജീവിക്കുന്നവനല്ലോ. അവന്റെ യുദ്ധം അവനോടു തന്നെയാണ്. മാൻപേടയുടെ മേൽ പുലിയെന്നപോലെ സ്വന്തം അധമവികാര ങ്ങൾക്കെതിരെ അവൻ ചാടി വീഴുന്നു.

6. വിഗ്രഹത്തിന്റെ മുമ്പിൽ ജാഗ്രതയോടെ നില്ക്കുന്ന അവിശ്വാസി യാണ് പള്ളിയിലുറങ്ങുന്ന വിശ്വാസിയേക്കാൾ ഉത്തമൻ.

7. തെറ്റിനെ മാത്രം കാണുന്നവൻ അന്ധനാണ്. സൂര്യന് ഒരിക്കലും രാവിന്റെ കൂരിരുട്ടിനെ കാണേണ്ടിവരാറില്ല.

8. മണ്ണുമായി കൂട്ടുകൂടി വിത്ത് വൃക്ഷമായി വളരുന്നു. എന്നാൽ അതേ മണ്ണിൽ നിന്നുണ്ടായ മനുഷ്യൻ ഒന്നും നേടുന്നില്ല. മണ്ണിൽ പതി ക്കുമ്പോൾ വിത്തിന് ജന്മചലനമുണ്ടാവുന്നു. സൂര്യകിരണങ്ങൾ സൂതികർമ്മിണിയെപ്പോലെ ചെടിയെ ഗർഭപാത്രത്തിൽ നിന്ന് പുറ ത്തേക്ക് കൊണ്ടുവരുന്നു. ഞാൻ പുഷ്പത്തോടു ചോദിച്ചു: "നീ എങ്ങനെയാണ് വായുവിൽ നിന്ന് മണവും നിറവും വേർതിരിച്ചെടു ത്ത്?" പൂവു പറഞ്ഞു: "ഹേ മാന്യനായ വിഡ്ഢീ, മിന്നൽപ്പിണ

റിൽ നിന്ന് നിനക്ക് ദൈവസന്ദേശം ലഭിക്കുന്നുണ്ടല്ലോ, അതു പോലെ." സർവ്വമൂലകങ്ങളെയും ആഗിരണം ചെയ്തുകൊണ്ടാണ് ഞാൻ നിലനില്ക്കുന്നത്. ആഗിരണം മനുഷ്യനിൽ പ്രകടമാണ്. എന്നിലത് അന്തർലീനവും.

സംസ്കൃത കവി ഭർത്തൃഹരിയെ ഇഖ്ബാൽ അങ്ങേയറ്റം ആദരി ച്ചു. ഉജ്ജയിൻ ചക്രവർത്തിയായിരുന്ന ഭർത്തൃഹരി രാജ്യമുപേക്ഷിച്ചു സന്യാസം സ്വീകരിച്ചുവെന്നാണ് ഐതിഹ്യം. ശിഷ്ടകാലം അദ്ദേഹം കവിതയും ചിന്തയുമായി കഴിഞ്ഞു. ഏകത്വവാദിയായിരുന്ന അദ്ദേഹം യുക്തിമാർഗ്ഗത്തിലൂടെ ദൈവത്തെ തേടുന്നത് ഇരുട്ടിൽ തപ്പുന്നതുപോ ലെയാണെന്ന് പറഞ്ഞു. സ്നേഹത്തിലൂടെ മാത്രമേ ദൈവത്തെ പ്രാപി ക്കാനാവൂ. പ്രതിഫലം കാംക്ഷിക്കാത്ത കർമ്മത്തെക്കുറിച്ചാണ് അദ്ദേഹം സംസാരിച്ചത്.

ജാവേദ്നാമയിൽ ഇഖ്ബാൽ ഭർത്തൃഹരിയെ റൂമിക്ക് പരിചയപ്പെ ടുത്തുന്നുണ്ട്.

> കവിത കേൾക്കവേ സ്വർഗ്ഗ-
> ഹൂറികൾ സുഷുപ്തരായ്
> ഒളിഞ്ഞു നോക്കുന്നൊരാൾ തമ്പിലൂടെ
> മറ്റൊരാൾ ജനൽപ്പഴുതിലൂടെ
> പങ്കുവെച്ചു ഞാൻ ലോക ദുഃഖങ്ങളോരോന്നും
> പരലോക ഹൂറികളുമപ്പോൾ
> ദു:ഖപരവശരായിപ്പോയ്
> വന്ദ്യവയോധികൻ റൂമീ
> മന്ദസ്മിതത്തോടെ ചൊല്ലിനാൻ
> ഇന്ത്യക്കാരനീ മാന്ത്രികൻ-മഞ്ഞിൻ
> കണങ്ങളെ മുത്താക്കുന്നു
> നിഗൂഢതയുടെ ചിത്രപ്പണിക്കാരൻ
> ഇവനാണ് ഭാരത ഭർത്തൃഹരി
> മഹാമനസ്കനിവന്റെ പ്രകൃതം
> മൃദുലം, ആസറിലെ മേഘങ്ങളെപ്പോലെ
> ഔദാര്യവാൻ, കണ്ടില്ലേ പുൽ
> ത്തകിടിയിൽ നിന്നിതാ
> നവമുകുളങ്ങളെ മാത്രം
> നമുക്കായ് മാറ്റിത്തരുന്നു
> അനശ്വര ഗീതവുമായി
> വന്നീ ദയാപരൻ
> ദാരിദ്ര്യത്തിലുമിവൻ പാടുന്നതോ
> ഉന്നതമാം സ്തുതിഗീതം മാത്രം."[16]

സ്വാതന്ത്ര്യസമരത്തിൽ ആകൃഷ്ടരായ ജനത്തിന്റെ മുന്നിലേക്ക് പ്രത്യക്ഷപ്പെടാൻ ഇഖ്ബാൽ ഭർത്തൃഹരിയെ നിർബ്ബന്ധിക്കുകയാണ്:

"ഭാരതമക്കളുടെ മാനസ
വിഭ്രമങ്ങൾക്ക് ഞാൻ സാക്ഷിയാണ്
വരൂ, ഞങ്ങൾക്കാ മൂടുപടം
വലിച്ചു കീറിത്തരൂ
പരബ്രഹ്മ സത്യത്തിന്റെ
മുഖമൊന്ന് വെളിവാക്കിത്തരൂ"[17]
ഇതിനുള്ള ഭർത്തൃഹരിയുടെ പ്രതികരണം:
"എന്ത് ദുർബ്ബലനീ ദൈവം
കല്ലും ചുടുകട്ടയും കൊണ്ട് പണിതവൻ
ഉണ്ടൊരുത്തൻ ഉന്നതൻ
പള്ളിയിലില്ലിവൻ മന്ദിരത്തിലുമില്ല
കർമ്മത്തിന്റെ നിർവൃതിയില്ലാത്ത പ്രാർത്ഥന
ശുഷ്കം! എത്ര നിഷ്പ്രയോജനം
കർമ്മം നല്ലതാവട്ടെ തിയ്യതാവട്ടെ
കർമ്മമയമല്ലോ മർത്ത്യജീവിതം
പറഞ്ഞു തരട്ടെയോ ഞാനൊരു പദം
ഭാഗ്യവാൻ! അത് ഹൃദയഫലകത്തിൽ കുറിച്ചവൻ
നീ കാണുന്ന ഈ ലോകമുണ്ടല്ലോ
അതിന്റെ സ്രഷ്ടാവ് ദൈവമല്ലെടോ
ചക്രം തിരിക്കുന്നത് നീയാണ്
നൂൽ നൂല്ക്കുന്നതോ നിന്റെ തക്ലിയിൽ
കർമ്മഫലത്തിൻ മുന്നിൽ
സാഷ്ടാംഗപ്രണാമം ചെയ്യുവിൻ
നരകവും പാപമുക്തിയും സ്വർഗ്ഗവും
നാമ്പെടുക്കുന്നത് കർമ്മത്തിലല്ലയോ."[18]

ഭർത്തൃഹരിയുടെ വരികളാണ് ഇഖ്ബാലിന്റെ രണ്ടാമത്തെ കാവ്യ
സമാഹാരമായ *ബാലേജിബ്രീലിൽ* മുഖമുദ്രയായി കൊടുത്തിരിക്കുന്നത്.

വജ്രത്തിന്റെ ഹൃദയത്തെ തുളയ്ക്കാൻ
റോസാദളത്തിന് കഴിയും
എന്നാൽ വിഡ്ഢിയുടെ ഹൃദയത്തെ മാറ്റാൻ
മൃദു വചനങ്ങൾക്കൊരിക്കലുമാവില്ല.[19]

3

സാരേ ജഹാൻ സെ അഛാ

"സാരേ ജഹാൻ സെ അഛാ ഹിന്ദുസ്ഥാൻ ഹമാരാ" എന്നു തുട ങ്ങുന്ന തരാനായേ ഹിന്ദ് എന്ന ദേശഭക്തി ഗാനത്തിലൂടെ ഇന്ത്യൻ ജന സഞ്ചയത്തെ ദേശസ്നേഹത്തിന്റെ മാസ്മരികതയിൽ തളച്ചിട്ട മഹാ കവി യാണ് അല്ലാമാ മുഹമ്മദ് ഇഖ്ബാൽ.

മഹാത്മാഗാന്ധിയുടെ അനുഭവം അദ്ദേഹം തന്നെ പറയട്ടെ:

ഇഖ്ബാൽ പ്രസിദ്ധമായ ഹിന്ദുസ്ഥാൻ ഹമാരാ പാടുമ്പോൾ ഞാൻ കണ്ണീരൊഴുക്കുന്നു. യാർവാദാ സെൻട്രൽ ജയിലിൽ വച്ച് ഈ ഗാനം ഞാൻ എപ്പോഴും പാടുമായിരുന്നു. ഈ ഗാനത്തിലെ പദ ങ്ങൾ വളരെ മധുരതരമാണ്. ഞാനീ കത്തെഴുതുമ്പോഴും ആ വരികൾ എന്റെ ചെവിയിലങ്ങനെ മുഴുകുകയാണ്.[1]

1947 ആഗസ്റ്റ് 20 ന് ബംഗ്ലാദേശിലെ കെൻഗ്ര പഥിൽ നടന്ന മഹാ ത്മാഗാന്ധിയുടെ പ്രാർത്ഥനാ യോഗത്തിൽ 'സാരേ ജഹാൻ സേ അഛാ' ആലപിച്ചപ്പോഴുണ്ടായ അനുഭവത്തെപ്പറ്റി മഹാത്മാഗാന്ധി അയവിറക്കു ന്നു.

"ഇഖ്ബാലിന്റെ കവിതയിലെ വചനങ്ങളും അതിന്റെ രാഗവും മധുരം നിറഞ്ഞതാണ്. 'മതങ്ങൾ വിദ്വേഷം പഠിപ്പിക്കുന്നില്ല' എന്ന വരി കളാണ് ഏറ്റവും ഹൃദ്യം."[2] ഹിന്ദി ഉർദു തർക്കമുണ്ടായപ്പോൾ 'സാരേ ജഹാൻ സേ അഛാ' പരാമർശിച്ചുകൊണ്ട് മഹാത്മാഗാന്ധി പറഞ്ഞു:

ഇഖ്ബാലിന്റെ 'ഹിന്ദുസ്ഥാൻ ഹമാരാ' കേൾക്കുമ്പോൾ ഏത് ഹൃദ യമാണ് സ്പന്ദിക്കാത്തത്? അങ്ങനെ ഒന്നുണ്ടെങ്കിൽ അതൊരു ഹതഭാഗ്യമായാണ് ഞാൻ ഗണിക്കുക. ഇഖ്ബാലിന്റെ ഈ ഭാഷ ഹിന്ദിയോ ഹിന്ദുസ്ഥാനിയോ അതോ ഉർദുവോ? അത് ഇന്ത്യയുടെ

ദേശീയ ഭാഷയല്ലെന്ന്, അതിന് മധുരമില്ലെന്ന്, അത് ഉന്നതമായ ചിന്ത പ്രകടിപ്പിക്കുന്നില്ലായെന്ന് ആരാണ് പറയുക? ചുരുക്കിപ്പറ യട്ടെ, ഞാൻ തന്നെ അങ്ങനെ പറഞ്ഞാലും പന്തയത്തിൽ സംസ്കൃതവല്ക്കരിക്കപ്പെട്ട ഹിന്ദിയോ പാർസിവല്ക്കരിക്കപ്പെട്ട ഉർദുവോ അല്ല വിജയിക്കുക. ഹിന്ദുസ്ഥാനിക്ക് മാത്രമേ വിജയി ക്കാനാവൂ. അപ്പഴേ അന്ത:ഛിദ്രതകൾ നാം ഉപേക്ഷിക്കുകയുള്ളൂ. കൃത്യമായ തർക്കങ്ങൾ മറക്കുകയുള്ളൂ. തർക്കങ്ങൾ ഉണ്ടാക്കിയ തിന്റെ പേരിൽ നാം നാണിക്കുകയുള്ളൂ.[3]

തരാനായെ ഹിന്ദ്

സാരേ ജഹാൻ സെ അഛാ; ഹിന്ദുസ്ഥാൻ ഹമാരാ
ഹം ബുൽ ബുലേ ഹെ ഇസ്കീ യെ ഗുലിസ്താൻ ഹമാരാ
ഗുർബത് ഹെ ഹൊ അഗർ ഹം രഹ്താഹെ ദിൽ വതൻ മെം
സംജോ വഹീം ഹമേം ഭീ ദിൽ, ഹോ ജഹാം ഹമാരാ

പർബത് വൊ സബ് സെ ഊഞ്ചാ, ഹംസായ ആസ്മാൻ കാ
വൊ സന്തരീ ഹമാരാ വൊ പാസ്ബാൻ ഹമാരാ
ഗോദീ മെം ഖേൽതീഹെ ഇസ്കീ ഹസാരോം നദിയാം
ഗുൽഷൻ ഹെ ജിൻകെ ദം സെ രശ്കെ ജിനാൻ ഹമാരാ

ആയ് ആബെ റൂദെ ഗംഗാ! വൊ ദിൻ ഹെ യാദ് തുജ്കോ
ഉത്രാ തെരെ കിനാരേ ജബ് കാരവാൻ ഹമാരാ
മദ്ഹബ് നഹീം സിഖാതാ ആപസ് മെം ബൈര് രഖ്നാ
ഹിന്ദി ഹെ ഹം വതൻ ഹെ ഹിന്ദുസ്ഥാൻ ഹമാരാ

യൂനാനോ മിസ്രൊ റോമാ സബ് മിറ് ഗയെ ജഹാം സേ
അബ് തക് മഗർ ഹെ ബാഖീ നാമോ നിശാൻ ഹമാരാ
കുഛ് ബാത് ഹെ കി ഹസ്തീ മിറീ നഹീം ഹമാരീ
സാദിയോൻ രഹാ ഹെ ദുശ്മൻ ദൗരേ സമാൻ ഹമാരാ

ഇഖ്ബാൽ! കോയീ മെഹ്റം അപ്നാ നഹീം ജഹാൻ മെം
മഅ്ലും ക്യാ കിസീ കോ ദർദേ നിശാൻ ഹമാരാ

(രാജ്യങ്ങളേതിലും മികവാം രാജ്യമാണല്ലോ ഭാരതം
രാക്കിളികൾ നമ്മളൊക്കെയും നമ്മുടേതല്ലോ പൂവനം
ദൂരെ നാടേതിൽ പോകിലും മനമിൽ വസിപ്പൂ ഭാരതം
വിരിയും മനസ്സിലറിയുമീ ഭുവനം തന്നെയല്ലോ ഭാരതം

ഉയരത്തിലുന്നും ഗിരി തൻ ചങ്ങാതിയല്ലോ ഗഗനം
രാജ്യത്തിൻ കാവല്ക്കാരൻ തരുമെന്നും സംരക്ഷണം
ഗിരി തൻ മടിയിലല്ലോ മദിക്കുമരുവികളായിരങ്ങൾ
ആരാമമാണീ രാജ്യം, കണ്ടോ അസൂയപ്പെടുന്നു സ്വർഗ്ഗം

*ഗംഗാ തീർത്ഥത്തിനറിയുമോ? തൻ തീരത്ത് വിശ്രമിച്ചവർ
സഞ്ചാരി സംഘങ്ങളെത്ര ദൂര ദിക്കിൽ നിന്നും വന്നവർ
മതമൊന്നും ചൊന്നതില്ലാ വിദ്ദേഷം തമ്മിൽ ചൊരിയാൻ
ഭാരതീയരെന്നുമൊന്നല്ലോ നമ്മുടേതല്ലോ ഭാരതം
ഗ്രീസ് റോമാ മിസ്റിന്റെ സംസ്കൃതിയെന്നോ മാഞ്ഞുപോയ്
മായാതെ മങ്ങാതെ നില്ക്കുമീ നാടിന്റെ പേരും പെരുമയും
കാര്യം ചെറുതല്ലയാർക്കും തകർക്കാനായില്ല നമ്മളെ
ശതകങ്ങളെത്രയോ കാലം ശത്രുക്കളെത്ര ശ്രമിക്കിലും*

*ഇഖ്ബാൽ! ആരുമറിയില്ലയുലകിൽ നിന്റെ നിഗൂഢത
ആരറിയുന്നു വിഭോ, ഈ കവി തൻ മാനസ ചിന്നത)*

ഈ കവിത എപ്പോഴാണാലപിച്ചത് എന്നതിനെക്കുറിച്ച് സയ്യിദ്
സഫർ ഹാഷിമി പറയുന്നു:

സാമ്രാജ്യത്വത്തെ തീവ്രമായി എതിർത്തു എന്നകാരണത്താൽ
ഇന്ത്യയിൽ നിന്ന് നിഷ്കാസിതനായ ലാലാ ഹർദയാൽ ലാഹോ
റിലെ ഗവൺമെന്റ് കോളേജിലാണ് പഠിച്ചത്. അന്ന് ഇഖ്ബാൽ
അവിടെ അദ്ധ്യാപകനാണ്. ഹർദ്ദയാൽ കോളേജിൽ യങ് മെൻസ്
ഇന്ത്യൻ അസോസിയേഷൻ എന്നൊരു സംഘടനക്ക് രൂപംനല്കി.
ഹർദ്ദയാലിന്റെ ദേശാഭിമാന പ്രവർത്തനങ്ങളെ അദ്ധ്യാപകനായ
ഇഖ്ബാൽ വളരെയേറെ ഇഷ്ടപ്പെട്ടിരുന്നു. സംഘടനയുടെ ഉദ്ഘാ
ടന സമ്മേളനത്തിന്റെ അദ്ധ്യക്ഷനായി ഹർദയാൽ ഇഖ്ബാലിനെ
ക്ഷണിച്ചു. സമ്മേളനത്തിൽ ആധ്യക്ഷ പ്രസംഗം നടത്തുന്നതിന്
പകരം ഇഖ്ബാൽ 'സാരേ ജഹാൻ സെ അഛാ' എന്ന കവിത
പാടി സദസ്യർ നിശ്ശബ്ദരും നമ്ര ശിരസ്കരുമായി.[4]

ഇന്ത്യയുടെ സൗഹൃദ പാരമ്പര്യം ഉയർത്തിപ്പിടിക്കുന്ന കവിതയാണ്
കുട്ടികൾക്കുവേണ്ടി ഇഖ്ബാൽ എഴുതിയ 'ഹിന്ദുസ്ഥാനീ ബച്ചോം കാ
ഖൗമാ ഗീത്.'

ചിശ്തി കേൾപ്പിച്ചു സത്യ സന്ദേശം കൊച്ചു ഭാരത ഭൂവിതിൽ
നാനാകും പാടി ഏകത്വത്തിന്റെ ഗാനമീ പൂവാടിയിൽ
താർത്താരി സ്വന്തം ദേശമായ് കണ്ടു പണിതതുമീ ഭൂമിയിൽ
മരുഭൂ വാസി ഹിജാസികൾ വന്ന് തന്നതുമീ ധരണിയിൽ

എന്റെ പൊന്നു രാജ്യമേ എന്നുമെന്റെ പൊന്നു രാജ്യമേ
എന്റെ പൊന്നു രാജ്യമേ എന്നുമെന്റെ പൊന്നു രാജ്യമേ

യവനർ പൂണ്ടു വിസ്മയം ചിന്ത തൻ ചിറകിലേറി ഡ്ഡുതിയിൽ
ഭാരതീയ വിദ്യയന്നാകാശമേറി നിറഞ്ഞതല്ലീ ഭുവനമിൽ
മണ്ണിത് വിളങ്ങുന്നു തിളങ്ങും സ്വർണ്ണമായെന്നുമുലകമിൽ
വണ്ണമായ് നിറച്ചു വജ്രം തുർക്കുമാനി കൈത്തലങ്ങളിൽ

എന്റെ പൊന്നു രാജ്യമേ എന്നുമെന്റെ പൊന്നു രാജ്യമേ
എന്റെ പൊന്നു രാജ്യമേ എന്നുമെന്റെ പൊന്നു രാജ്യമേ

പേർഷ്യയിൽ നിന്നുല്പാദ വർഷമായി വന്നുവെത്ര പണ്ഡിതർ
പോഷണം കാന്തി നേടി വിൺതലം വാണിടും വിദുഷികൾ
ഇവിടെ നമ്മളാദ്യം കേട്ടുവേകത്വമന്ത്ര വീചികൾ
ഇക്കുടിലിൽ നിന്നു തന്നെയിമ്പർ നബിക്ക് വന്നു മാരുതൻ

എന്റെ പൊന്നു രാജ്യമേ എന്നുമെന്റെ പൊന്നു രാജ്യമേ
എന്റെ പൊന്നു രാജ്യമേ എന്നുമെന്റെ പൊന്നു രാജ്യമേ

മോശെയെപ്പോൽ മാന്യരിന്ത്യർ മലകളോ സിനായ് പോൽ
നോഹാ പേടകത്തിനു നങ്കൂരമായ് തീർന്നിടുമിതൊരാഴിപോൽ
മണ്ണിത് വിണ്ണിലേക്കടിവച്ചുയരുമൊരു സോപാന പംക്തിപോൽ
മണ്ണിതിന്റെ പരിമളമെത്ര സുരഭിലം ഹായ് സ്വർഗ്ഗഗന്ധിപോൽ

എന്റെ പൊന്നു രാജ്യമേ എന്നുമെന്റെ പൊന്നു രാജ്യമേ
എന്റെ പൊന്നു രാജ്യമേ എന്നുമെന്റെ പൊന്നു രാജ്യമേ

പുതിയ ക്ഷേത്രം (നയാ ശിവാല)

ഭാരതീയർ തമ്മിലുള്ള സാമുദായിക ഭിന്നതകൾ ഇഖ്ബാലിനെ
അലോസരപ്പെടുത്തിയിരുന്നു. മതങ്ങൾ തമ്മിൽ കലഹിക്കുന്നത്
അജ്ഞത മൂലമാണെന്ന് അദ്ദേഹം വിശ്വസിച്ചു. ഭിന്നത വെടിഞ്ഞ് ഒന്നിച്ച്
നീങ്ങണമെന്ന് അദ്ദേഹം ഹിന്ദുവിനോടും മുസ്ലീമിനോടും അഭ്യർത്ഥിച്ചു.
ഇന്ത്യയുടെ ഓരോ അണുവും തനിക്ക് ദൈവ തുല്യമാണെന്നും അദ്ദേഹം
പാടി.

ബ്രാഹ്മണാ ക്ഷമിക്കൂ, പറഞ്ഞിടാം ഞാനൊരു സത്യം
പഴകി ജീർണ്ണിച്ചതാം നിന്റെ ക്ഷേത്രത്തിലെ വിഗ്രഹം
പഠിപ്പിച്ചു വിഗ്രഹം നിന്റെ സഹജീവിയെ വെറുക്കണം
പറഞ്ഞുപോൽ ദൈവം! തമ്മിൽ പൊരുതണം ഹനിക്കണം

പള്ളി ഞാൻ വിട്ടു; പിന്നെ ക്ഷേത്രവുമുപേക്ഷിച്ചു
പ്രബോധകന്റെ കഥകളും ബോധനവും ഞാൻ വെറുത്തു
കൽപ്രതിമയിൽ നീ കണ്ടു ദൈവത്തെയെന്നാൽ മാതൃഭൂമി തൻ
കണികയോരോന്നിലും കാണുന്നു ഞാനെൻ ദൈവത്തെ

ഭിന്നതയുടെ മറകൾ വലിച്ചു മാറ്റുക നമ്മൾ
വലിച്ചെറിയുക വൈജാത്യങ്ങൾ, ആശ്ലേഷിക്കുക നമ്മൾ
വിജനമായൊരു ഹൃദയ ഭൂമികയിൽ ഇതാ
പുതിയൊരു ക്ഷേത്രം പണിതിടാം നമുക്ക്

അഖില ലോകത്തുമധിപനാമീ ക്ഷേത്രം
ആകാശം മുട്ടുമതിൽ ഉത്തുംഗ കലശം
പാടാം പുലരികളിൽ മധു മന്ത്രഗീതം
പൂജാരികൾക്കെല്ലാം നല്കാം സ്നേഹത്തിന്നമൃത പാത്രം

ഭക്തരുടെ ഗീതത്തിലല്ലയോ ശക്തിയും ശാന്തിയും
സ്നേഹത്തിലല്ലയോ ഭൂവാസികളുടെ മോചനം[6]

വേദനയുടെ ശബ്ദം (സദായെ ദർദ്)

രാജ്യം സാമുദായിക സംഘട്ടനങ്ങളുടെ പിടിയിലമർന്നപ്പോൾ കവി
യുടെ ഹൃദയം വിതുമ്പി. സദായെ ദർദ് എന്ന കവിതയിലൂടെ തന്റെ
വേദനകൾ ഇഖ്ബാൽ കടലാസിൽ പകർത്തി.

മനസ്സാകെ നീറുന്നു മനഃശാന്തിയില്ലൊട്ടും
ഓ, ഗംഗാജല ധാരേ ഒന്നെന്നെ വിഴുങ്ങുമോ?
വഴക്കും വക്കാണമായി പാടെ പിളർന്നുവല്ലോ ദേശം
ഒരുമയില്ലാതായി തീർന്നു ഐക്യം അനൈക്യമായ്

സൗഹൃദമില്ലൊരിക്കലും പകരം പകയും വിദ്വേഷവും
ധാന്യക്കൂനയിലെ മണിയോരോന്നും പിരിഞ്ഞു വേറിട്ടുപോയ്
പൂവിൽ നിന്നും വരുന്നില്ലാ സൗഹൃദത്തിന്റെ നറുമണം
പിന്നെയിപ്പൂവനത്തിൽ ഞാൻ പാടി രസിക്കുവതെങ്ങനെ?

കേഴുന്നു ഞാനൈക്യത്തിന്റെയാശിസ്സുകൾക്കായ്
കരയും തിരയും തമ്മിലുരസുന്നതൊട്ടും കാണാൻ വയ്യ
കവിയും വിസ്മയക്കവിതയുമൊന്നല്ലോ,
ധാന്യവും ധാന്യക്കൂനയും പോൽ
കുമ്പാരമില്ലെങ്കിലില്ലായസ്തിത്വം, പാവമീ ചെറു ധാന്യമണികൾ

സൗന്ദര്യത്തിനെന്തു ചന്തം നമ്മളാസ്വദിക്കുന്നില്ലായെങ്കിൽ
മെഴുതിരി വെളിച്ചത്തിനെന്ത് ഫലം? കാണാനാളില്ലായെങ്കിൽ
മാധുര്യമൊഴുകുമീ നാദം നിഷ്ഫലമാകുന്നില്ലെന്തുകൊണ്ട്?
മുകരത്തിൽ നിന്നെൻ പ്രഭാവം ലുപ്തമാകുന്നില്ലെന്തുകൊണ്ട്?

വൈരത്തിന്റെ തീപ്പൊരിയിലീ പൂവനം ജ്വാലയായ് തീരുമ്പോൾ
വാക്കുകൾ ശരങ്ങളായ് തീരാതിരിക്കുവതെങ്ങനെ?[7]

തസ്വീറേ ദർദ് (വേദനയുടെ ചിത്രം)

ബ്രിട്ടീഷുകാരുടെ ഭിന്നിപ്പിച്ചു ഭരിക്കൽ തന്ത്രങ്ങൾക്കരിയാവരു
തെന്നും അതിനുള്ള ഒരേയൊരു മാർഗ്ഗം ഇന്ത്യക്കാർ പരസ്പരം ഭിന്നി
ക്കാതിരിക്കലാണെന്നും ഓർമ്മപ്പെടുത്തുകയാണ് കവി.

സമയമില്ലാർക്കുമെന്റെ കദനകഥ കേൾക്കുവാൻ
മിണ്ടാതിരിക്കലാണ് വാചാലത മൂകതക്കാൺർത്ഥവും
മിണ്ടുന്നില്ലാരും നിന്റെ സദസ്സിലെങ്ങുമിതെന്തുകൊണ്ട്?
മിണ്ടാൻ തുടങ്ങുമ്പോഴെന്റെ വാക്കുകൾ ചിതറുന്നല്ലോ

സുവിദിതമെൻ കഥ തുലിപ്പിനറിയാം നർഗിസിനും റോസിനും
പൂവനത്തിന്റെ നാലു പാടുമറിഞ്ഞിരിക്കുന്നു വിലാപം
പ്രാവും തത്തയും പിന്നെ രാക്കിളികളും
പൂന്തോട്ടക്കാരനുമൊന്നിച്ചെന്റെ ദു:ഖം പങ്കിടുന്നു

ഓ മെഴുകുതിരി! പ്രാണികളുടെ കണ്ണീരിൽ അലിയുന്നു നീ സ്വയം
വേദനയുടെ അവതാരമാണ് ഞാൻ വിധിയോ ദു:ഖകരം
ഇലാഹീ, ഈ ജീവിതത്തിന്നൊരു സന്തോഷമുണ്ടോ?
ശാശ്വതമായ ജീവിതമെനിക്കില്ല, നൈമിഷിക മരണവും[8]

ഇന്ത്യയുടെ കദന കഥ

ഓ, ഇന്ത്യേ, നിന്റെ കദന കഥയെന്ന കരയിപ്പിക്കുന്നുവല്ലോ
കഥകളിൽ വച്ചേറ്റവും കദനം നിന്റെ കഥ തന്നെയല്ലോ
കണ്ണിലിതാ വരുന്നു കണ്ണീരിൻ കൊടുങ്കാറ്റ്
കണ്ണീരിന്റെ കഥയെഴുതാൻ ഞാൻ വിധിക്കപ്പെട്ടുവല്ലോ

ചൂഷകാ, തരിപ്പണമാക്കെടോ ഈ പൂവാടിയെ
ശേഷിക്കരുതൊരു പൂവിന്റെ ദളം പോലും
ചൂഷകാ, ഭാഗ്യം നിന്നെ കടാക്ഷിച്ചിരിക്കുന്നല്ലോ
തോട്ടക്കാരിവർ തമ്മിൽ തല്ലിത്തകർക്കുകയല്ലോ?

ആകാശം മിന്നൽ പിണരുകളാൽ മറക്കപ്പെട്ടു പോയ്
രാക്കിളികൾക്കോ കൂടുകളിൽ സ്വസ്ഥതയുമില്ലാതായ്
ഹേ, എല്ലാം മറക്കുന്നവനേ, എന്റെ ശബ്ദമൊന്നു കേൾക്കൂ
വള്ളിക്കുടിലിലെ പുള്ളിക്കിളികളുടെ സംഘഗാനവും

സ്വരാജ്യത്തീ വരാനിരിക്കുന്ന ദുരന്തമൊന്നുമോർക്ക നീ
വാനരാജ്യത്തുള്ളവർ പറയുന്നു, പറ്റെ തരിപ്പണമാകും നീ
വർത്തമാനം നോക്ക് വരാനിരിക്കുന്നതും നോക്കൂ നീ
വൃദ്ധികാലത്തിന്റെ മഹത്വം പറച്ചിലൊന്നു നിറുത്തു നീ

മിണ്ടാതാരിക്കുവതെന്തിന്? പ്രതിഷേധ പ്രക്ഷോഭമുയരട്ടെ
ഉയരട്ടെ ശബ്ദം, ഭൂമി തൊട്ടാകാശവും ഭേദിക്കട്ടെ
മറഞ്ഞിരുന്നാൽ മായ്ക്കപ്പെടും ഹേ, ഇന്ത്യക്കാരാ
മാനം നിറഞ്ഞ നിന്റെ മഹാ ചരിതമീ ഭൂമിയിൽ

ഇതാണ് പ്രകൃതി നിയമം പ്രപഞ്ച ന്യായവുമിതാണ്
അതി കർമ്മയോഗിയവനാണ് ദൈവത്തിനിഷ്ടൻ[9]

സങ്കുചിത ദേശീയത

കാത്തോലിക്കാ മതവും വിശുദ്ധ റോമാ സാമ്രാജ്യവും തകർന്നത്
ദേശീയതയുടെ ഉദയത്തിനു കാരണമായി. ദേശീയതയുടെ പേരിൽ ഉരു‍‍ത്ത
വിച്ച സംഘട്ടനങ്ങളും മത്സരങ്ങളും പാശ്ചാത്യൻ സംസ്കാരത്തെ ദുഷി
പ്പിച്ചു. യൂറോപ്യൻ സംസ്കാരം തകരുകയാണെന്ന് ഇഖ്ബാൽ മുന്നറി
യിപ്പ് നല്കി.

കത്തികൊണ്ട് സ്വയം കുത്തിച്ചാകും നിന്റെ സംസ്കാരം.
എത്രകാലം നില്ക്കുമുണക്കക്കൊമ്പിൽ തീർത്തൊരീ കലാലയം[10]

ഒന്നാംലോക യുദ്ധത്തോടെ ഇഖ്ബാൽ ദേശീയതയെ വെറുത്തു.
മൂല്യവത്തായ അന്തർദേശീയതയാണ് അദ്ദേഹം വിഭാവനം ചെയ്തത്.
ദേശസ്നേഹം ഉന്നതമായ ലക്ഷ്യത്തിലേക്കെത്തുന്നില്ലെങ്കിൽ അത്
ദുർബ്ബല രാജ്യങ്ങളെ കീഴടക്കാനുള്ള ഉപകരണമായി അധഃപതിച്ചേക്കാ
മെന്ന് ഇഖ്ബാൽ മുന്നറിയിപ്പ് നല്കി. ഇസ്ലാമിക സാഹോദര്യത്തിന്
അദ്ദേഹം ഊന്നൽ നല്കി. ഇന്ത്യയെപ്പോലെ ചൈനയും അറേബ്യയും
സ്നേഹിക്കപ്പെടേണ്ടതാണെന്ന് അദ്ദേഹം പറഞ്ഞു. മുസ്ലീങ്ങളെവിടെ
യായാലും അവരൊന്നു തന്നെയാണ്.

ചൈനയറേബ്യ നമ്മുടെ ഹിന്ദുസ്ഥാനവും നമ്മുടെ
മുസ്ലീം രാഷ്ട്രമൊന്ന് ലോകമഖിലം നമ്മുടെ[11]

സ്വാതന്ത്ര്യത്തിന്റെ സുപ്രഭാതം കവി തന്റെ മനസ്സിൽ കാണുന്നതി
ങ്ങനെ:
കാണുന്നു ബൃഹത്തൊരീ ചലനമന്തരീക്ഷത്തിൽ
പർവ്വതങ്ങൾക്കപ്പുറമുയർന്നൊരു പുതു പുലരി
സ്വർഗ്ഗ വാസികൾക്കിത് പെരുന്നാൾ പുലരി
ആലസ്യത്തിൻ മടിയിൽ നിന്നുയർന്ന് രാജ്യം
സ്വാതന്ത്ര്യത്തിൻ പ്രഭ ദർശിക്കുമാ പുലരി[12]

പൂക്കുന്നു നന്മകളെത്ര പക്ഷേ
ചുമക്കുന്നിപ്പൊഴും കാലിലീ ചങ്ങല
ചുണ്ടുകളിലെപ്പൊഴും ശോകമാം വിലാപം[13]
സ്വന്തം രാജ്യത്തിന്റെ അഭിമാനത്തെക്കുറിച്ച് പൗരന്മാർക്ക് ബോധം
പോരെന്നാണ് കവി പറയുന്നത്.

ആത്മാവിന്റെ മെഴുകുതിരി പൊലിഞ്ഞു ഹിന്ദിന്റെ ദീപ നാളങ്ങ
ളിൽ
ഇന്ത്യ തൻ മഹത്വമറിയാത്തയപരിചിതരായിപ്പോയില്ലെ നമ്മൾ

ആത്മരഹസ്യമെന്തെന്നറിയുന്നില്ലല്ലോ പാവമീ നാട്ടുകാർ
വീണക്കോലെടുക്കിന്നവർ പക്ഷേ വീണമീട്ടാനറിയാത്തവർ

കഴിഞ്ഞ കാലത്തിൽ കണ്ണീരുകിപ്പിടിച്ചിരിക്കുന്നിവർ
പൊലിഞ്ഞയഗ്നിയിൽ നിന്നും ഖൽബിന് വെളിച്ചം തേടുമിവർ
കാൽകൈകളിൽ ചങ്ങല വീഴാൻ കാരണക്കാരിവർ
വിലാപമൊടുങ്ങാതിരിക്കാൻ ഹേതുവാകുന്നതുമിവർ

ആത്മ ബോധമില്ലാതെ നടക്കുന്നല്ലോ ഇവരെന്നും
ആചാരങ്ങളാൽ തീർത്ത തടവറയിലാണിവർ
മാനവികതയെ വേദനിപ്പിക്കും കൂട്ടരിവർ
മഹാപാതകമിക്കാലത്തിവരുടെ ശുദ്ധിയശുദ്ധികൾ

ഹിന്ദുസ്ഥാനിലെ യുവ ജനമറിയുന്നില്ലയോ
ജാഫർ" മരിച്ചു, പക്ഷേ ആത്മാവ് മരിച്ചില്ലല്ലോ
മരിച്ചവന്റെ ശരീരത്തിൽ നിന്ന് മാറി മറ്റൊരുത്തന്റെ
ദേഹത്തേക്കവൻ കൂടു മാറ്റിയല്ലോ

ചർച്ചയുമായി സന്ധി ചെയ്തുവല്ലോ
മർത്ത്യരെ മുച്ചൂടും വഞ്ചിച്ചുവല്ലോ
കച്ചവടമാണിവന്റെ മതവും വിശ്വാസവും
ആട്ടിൻ തോലണിഞ്ഞവൻ സാക്ഷാൽ ചെന്നായ തന്നിവൻ

എവിടെയാണേലും ജാഫർ നാടിന്റെ മർദ്ദകൻ
മുസൽമാനിവനത്രേ, നാട്ടാരുടെ മർദ്ദകൻ
ചിരിക്കുന്നിവൻ ആരോടും കൂട്ടുകൂടാത്തവൻ
ചിരിക്കാമുരഗം പക്ഷേ വിഷപ്പല്ലുള്ളവൻ

ഐക്യം തകർത്തു കളഞ്ഞതവനല്ലയോ
അസ്തിത്വം ചോർത്തിക്കൊടുത്തതുമവനല്ലയോ
നാടു തകരുമ്പോഴൊക്കെയും പിന്നിലുണ്ടാകുമൊരു
നാശകൻ ജാഫറോ അല്ലെങ്കിലൊരു സാദിഖോ"

ജാഫറിൻ പ്രേതങ്ങളിൽ നിന്നെന്നെ കാക്കണേ
ഇന്നുള്ള ജാഫറുകളെയൊക്കെയും തകർക്കണേ"

രാജ്യദ്രോഹം മഹാദ്രോഹമായി ഇഖ്ബാൽ കാണുന്നു. രാജ്യദ്രോ
ഹികളും രാജ്യത്തെ ഒറ്റിക്കൊടുക്കുന്നവരും നാടിന്റെയും സമുദായത്തി
ന്റെയും വിഷമാണെന്ന് അദ്ദേഹം അവജ്ഞയോടെ പറയുകയാണ്.
ബ്രിട്ടീഷുകാർക്കെതിരെ നടന്ന യുദ്ധത്തിൽ സിറാജുദ്ദൗലയെ ഒറ്റിക്കൊ
ടുത്ത മീർ ജാഫറെയും ടിപ്പുസുൽത്താനെ ഒറ്റിക്കൊടുത്ത മീർസാദിഖി
നേയും ഇഖ്ബാൽ അങ്ങേയറ്റം അപലപിക്കുന്നു.

ബംഗാളിലെ ജാഫറും ദക്കാനിലെ സാദിഖും
മാനക്കേടാക്കി മതത്തിനും മനുഷ്യനും നാട്ടിനും
മാനിക്കപ്പെടാത്തവർ നിരാശരനഭിമതർ
നശിച്ചുപോയി നാടിവരുടെ കൃത്രിമത്താൽ

എത്രയോ രാജ്യങ്ങളിലടിമത്തം തകർത്ത രാജ്യം
തകർന്നിതിപ്പോൾ ഇന്നാട്ടിന്റെ മാനവും സ്വയഭരണവും
അറിയുമോ നിങ്ങൾക്കീ നാടിന്റെ കേളി
തൊട്ടാലറിയുമാത്മാക്കൾക്കെന്നുമിവൻ കരളായി

വിശ്വമെങ്ങും വിളങ്ങുമീ നാടിന്റെ ചലനമിന്നോ
വേദനയാൽ മുരളുന്നു മണ്ണിലും രക്തത്തിലും
വിതച്ചതാരീമണ്ണിലടിമത്തവിത്ത്
വിനയായതാ ദുഷ്ട പ്രഭൃതികളുടെ പ്രവൃത്തി[17]

ടിപ്പു സുൽത്താൻ

ടുപ്പുസുൽത്താനെ സ്വാതന്ത്ര്യത്തിന്റെ ആവേശമായി കവി കാണു
ന്നു. കാവേരി നദിയുമായുള്ള ടിപ്പുവിന്റെ സംഭാഷണം ആവേശകരമായി
കവി വർണ്ണിച്ചിരിക്കുന്നു.

ഹേ, കാവേരി, നിൻ സ്വരമാകെ കേൾപ്പൂ ജീവരഹസ്യങ്ങൾ
അറിയുമോ? നീ വഹിക്കുന്നതാരുടെ സന്ദേശങ്ങൾ
നീ കോർത്തിണക്കും ഭൂതകാല പ്രതാപമില്ലയോ?
മൺമറഞ്ഞൊരു മഹാരാജ്യമഹത്വമല്ലയോ?

തരിശിനെ കനകമാക്കി തന്റെ പരിഷ്കാരം
ധൈര്യവാൻ, പദവിയെ സ്വരക്തത്താൽ വർണ്ണാഭമാക്കി
നിറവേറാത്ത മോഹങ്ങളുടെ പ്രതീകമാണാ ഭൗതിക ശിഷ്ടം
ചീറും തിരമാലകളിൽ പ്രവാഹമായ് തീരുന്നു തന്റെ രക്തം

വാക്കുകളുടെ കണ്ണാടിയായി തന്റെ കർമ്മം
കിഴക്കുറങ്ങിയപ്പോൾ ഉണർന്നതാ തന്റെ ധർമ്മം

ധൈര്യമുണ്ടോ ശരവർഷത്തെ നേരിടാൻ, എങ്കിൽ
ജീവിക്കൂ മരിക്കൂ ധൈര്യമായ് കഴുകനെപ്പോൽ
മരണമല്ലോ ശാശ്വതമീയുലകിലെങ്കിലെ
ന്തിനു ദൈവമേ ജീവിതം ദീർഘകാലം

വ്യാഘ്രമാകുവിൻ നിമിഷമെങ്കിലൊരു നിമിഷം
അജമായി ജീവിക്കുവതെന്തിന് നൂറു വർഷം

സർവ്വേശ്വര സമർപ്പണമാണെന്നും ജീവ സത്ത
മരണമൊരു ഭാവനാവിലാസം, കേവലം മിഥ്യ

സത്യവാനുണ്ട് വ്യാഘ്രം പോൽ നൂറ് ഘട്ടം
മരണമോ മാൻപേട പോൽ ഒന്നുമാത്രം
മരണത്തിലേക്കോടുമവൻ ശരവേഗമിൽ
പക്ഷിക്കു മേൽ ചാടി വീഴും കഴുകനെപ്പോൽ

മരണത്തെ ഭയക്കുമടിമ മരിക്കുന്നതോരോ നിമിഷവും
മോചിതന് വരും നവ ജീവിതം മരണത്തിലും[19]

ഇഖ്ബാലിന്റെ മരണശേഷം പ്രസിദ്ധീകരിച്ച *പസ് ചെ ബായദ്
കർദ്* എന്ന സമാഹാരത്തിൽ 'അശ്കെ ചൻദ് ബർ ഇഫ്തിറാഖേ ഹിന്ദി
യാൻ' എന്ന കവിതയിൽ ഇന്ത്യക്കാർ തമ്മിലുള്ള കലഹം വേദനയോടെ
വിവരിക്കുകയാണ്:

ഹേ, ഹിമാലയ, ഹേ, അറ്റോക് ഹേ ഗംഗാ
എത്രകാലം കഴിയണം വർണ്ണ വെളിച്ചങ്ങളില്ലാതെ
വൃദ്ധൻമാർക്കൊന്നുമില്ലാ ബുദ്ധിശക്തി
യുവജനങ്ങൾക്കില്ലാ സ്നേഹ ഭക്തി

കിഴക്കോ പടിഞ്ഞാറോ മുക്തരല്ല, എന്നും അടിമകൾ
കളിമണ്ണല്ലേ, നാം പണിയുന്ന സൗധങ്ങളൊക്കെയും
ഇഷ്ടങ്ങളവരുടെ പക്ഷേ, ജീവിതമോ നമ്മുടെ
ഇത് ഗാഢ നിദ്രയല്ല; ഉണർന്നിരിക്കുന്ന മരണം തന്നെ സത്യം!

മുകളിൽ നിന്നിറങ്ങി വന്നതല്ലീ മരണം
സ്വന്തം അന്തരാളത്തിൽ തന്നെയുണ്ട് മരണം
ഈ ശവങ്ങൾക്കെന്തിന് സംസ്കാരം
എന്തിനാണുറ്റവരുടെയനുശോചനം

ഈ ശവങ്ങളെ കുളിപ്പിക്കേണ്ട, വസ്ത്രമണിയിക്കേണ്ട
ഇവരുടെ നരകം ഇവിടെ; മറ്റെങ്ങുമേ പോകേണ്ട
വിധിതീർപ്പിന്റെ നാളിലിവരെ സ്വർഗ്ഗത്തിൽ തിരയേണ്ട
വിധി തീർപ്പിവിടെ കഴിഞ്ഞു; ഇനിയെങ്ങുമേ പോകേണ്ട

വിതക്കുന്നതവൻ കൊയ്തെടുക്കുന്നതുമവൻ
വരുന്നതെന്തിന് പിന്നെ ദൈവത്തിങ്കലേക്കവൻ
വിമോചന വാഞ്ഛയില്ലാത്ത രാജ്യങ്ങളെ
മായ്ച്ചു കളയും പ്രകൃതി; നില നില്ക്കില്ലൊരിക്കലും

സാമ്രാജ്യത്വമാരെയും തുണക്കില്ല സോദരാ
ശിലയുടെ ശക്തിയുണ്ടോ ലോലമാം സ്ഫടികത്തിന്
പിശാചിന്റെ വലയിൽ കുരുങ്ങീ ഹിന്ദു ധർമ്മം
മുസൽമാന്റെ വിശ്വാസവും ഇപ്പരുവത്തിലായ്

പരസ്പരം കലഹിക്കുന്നു നാം ഭാരതീയർ
പൊരുതുന്നു നാം പഴയതൊക്കെ ചൊല്ലീ ചൊല്ലി
പടിഞ്ഞാറു നിന്നൊരു കഴുകൻ ചാടിവീണു
പറയുന്നു തീർക്കാം ഞാൻ നിങ്ങളുടെ തർക്കം

വിശ്വാസവുമവിശ്വാസവും തമ്മിലാണത്രേ തർക്കം
തിരിച്ചറിയാനാർ, മരീചികയും ജലനിരപ്പും തമ്മിൽ
വന്നിരുന്നെങ്കിലൊരു വിപ്ലവം വിപ്ലവം വിപ്ലവം
പരിവർത്തനം വരുത്തുമൊരു സമ്പൂർണ്ണ വിപ്ലവം[20]
ഗിലാ എന്ന കവിതാ സമാഹാരത്തിലെ വരികൾ:
ആർക്കറിയാം ഇന്ത്യയുടെ നിയോഗം
അന്യന്റെ കിരീടത്തിൽ തിളങ്ങുമൊരു രത്നം
കർഷകൻ വന്നു ജഡമായ് ഖബറിടത്തിൽ നിന്നും
കഫൻ പുടവയപ്പോഴും കാത്തുകിടന്നൂ ഖബറകം

ദേഹവും ദേഹിയും പണയപ്പെടുത്തി നാം
വീടില്ല; നമുക്കിപ്പോൾ വീട്ടുകാരനുമില്ല
പാശ്ചാത്യ ദാസ്യ വൃത്തിയോടൊപ്പം രാജിയായ് നിങ്ങൾ
എന്റെ വെറുപ്പ് നിങ്ങളോടാണ്, പടിഞ്ഞാറിനോടല്ല.[21]

അർക്ക രശ്മികൾ വന്നൂ നാലുപാടു നിന്നും
അഭയം തേടി സൂര്യന്റെ മടിയിൽ ആലിംഗന ബദ്ധരായി
വിലപിച്ചു ഭാസ്കരാ, പടിഞ്ഞാറാകെ നിറഞ്ഞിരിക്കുന്നു
വ്യവസായികതയുടെ ചിമ്മിനിയൂതുന്ന പുകയാൽ

വെളിച്ചമുണ്ടിപ്പോഴും പൗരസ്ത്യ ലോകത്ത്, പക്ഷേ
പച്ചയില്ലവിടെ തികച്ചും മരിച്ച പോലൊരു മണ്ണ്
എടുത്തോളൂ ഞങ്ങളെ ഈ ലോകത്ത് നിന്ന്
ഓ, പ്രകാശ ബിംബമേ, വെടിയരുതേ ഞങ്ങളെ[22]

വന്നൂ സൂര്യരശ്മികളിലൊന്ന്
ഹൂറിയെപ്പോലൊരു സുന്ദരി
മെർക്കുറി പോൽ അസ്വസ്ഥയായ്
പ്രാർത്ഥനയോടവള്ളോതി സൂര്യനിൽ

അർക്കാ, തന്നാലുമെനിക്കനുവാദം
കിഴക്കിന്റെയണുവിലൊക്കെയും പകരാം
പ്രകാശം! മാറ്റമീ തന്മാത്രയൊക്കെയും
ജ്വലിക്കുന്ന സൂര്യനായി നിന്നെപ്പോൽ
ഇന്ത്യയുടെയിരുണ്ട പ്രപഞ്ചമൊരിക്കലും
ഇരുട്ടിലാക്കാനനുവദിക്കില്ല ഞാൻ
പ്രകാശമതിനെ തുളച്ചുകൊണ്ടിരിക്കും
ജനങ്ങളുറക്കമുണരും വരെ

ഇന്ത്യയാണ് കിഴക്കിന്റെ പ്രതീക്ഷ
ഇഖ്ബാൽ കണ്ണീരുകൊണ്ടിതിനെ ധന്യമാക്കി

ചന്ദ്രികയ്ക്കും പിന്നെ സപ്ത നക്ഷത്രങ്ങൾക്കും
വെളിച്ചം നല്കുന്ന രാജ്യമാണിന്ത്യ
ഉത്തമമാണതിൻ കേവലം ചരൽക്കല്ല്
മുത്തായൊരു വൻ പാറയേക്കാൾ
ചിന്തകൻമാരെത്ര വന്നു ഭാരത മണ്ണിതിൽ
ജ്ഞാനസമുദ്രങ്ങളൊക്കെയും കുടിച്ചു തീർത്തവർ
ആത്മാവിനെ ത്രസിപ്പിച്ച രാഗസുധയെവിടെ?
മന്ദിരത്തിന്റെ കവാടത്തിങ്കലുറങ്ങുകയാണ് ബ്രഹ്മൻ
മുസ്ലീമോ പള്ളി മിഹ്റാബിൻ താഴെ
മോങ്ങുന്നൂ വിധിയെ പഴിച്ചുകൊണ്ട്
കിഴക്കിനെ തള്ളുന്നില്ലിവർ
പടിഞ്ഞാറിനെ കൊള്ളുന്നുമില്ല
പ്രകൃതിയോ നിന്നെ വിളിക്കുന്നു
രാവുകളെയൊക്കെ പ്രഭാതമാക്കാൻ[23]

തന്റെ മരണത്തിന് മുമ്പായി രാജ്യം സ്വതന്ത്രമാവുന്നത് കാണണ
മെന്നായിരുന്നു ഇഖ്ബാലിന്റെ ആഗ്രഹം. അവസാന കാലത്തുള്ള തന്റെ
നിരാശ അദ്ദേഹം കണ്ണീരാൽ കുറിച്ചു:

ഇന്ത്യയുടെ അടിമകളുടെമേൽ മൂടിയ രാത്രിയുടെ അന്ധകാരം
എന്താണെന്നറിയില്ല പുലർച്ചയുടെ വെളിച്ചത്തിന്
അന്ധകാരത്തിലാണ്ടിരിക്കുന്നു രാജ്യം
അർക്കനൊരിക്കലും ഇങ്ങ് വരാത്ത പോലെ.[24]

4

ഇഖ്ബാലും സ്വാതന്ത്ര്യസമരവും

കവിതകളിലും ലേഖനങ്ങളിലും ഇന്ത്യയിലെ ബ്രിട്ടീഷധിനിവേശ ത്തിനെതിരെ ശക്തമായ പ്രതിഷേധം അല്ലാമാ ഇഖ്ബാൽ രേഖപ്പെടു ത്തുന്നുണ്ട്. *പരിന്ദേ കി ഫര്‍യാദ്(കൂട്ടിലകപ്പെട്ട കിളിയുടെ വിലാപം)* എന്ന സമാഹാരത്തില്‍ അദ്ദേഹം ഇന്ത്യയുടെ അടിമത്തത്തെക്കുറിച്ച് വാചാലനാവുകയാണ്:

കഴിഞ്ഞ കാലത്തെയോര്‍മ്മയില്‍ കഴിഞ്ഞതൊക്കെയോര്‍ത്തു
ഞാനീ-

പ്പൂവനത്തിന്‍ വസന്തവും രാക്കിളികളുടെ രാഗവും
ആസ്വദിച്ചൊരു സ്വാതന്ത്ര്യം അണഞ്ഞുപോയല്ലോ എന്നിലും
സ്വന്തം വരാനെനിക്കാവില്ല, സ്വന്തം പോകാനുമാവില്ല.

മഞ്ഞിന്‍തുള്ളി തന്‍ സ്പര്‍ശത്താല്‍ പൂമൊട്ടുകള്‍ തന്ന പുഞ്ചിരി,
ഓര്‍ക്കുമ്പോഴെന്‍ നെഞ്ചകത്തില്‍ നിര്‍ഭരമാകുന്നു വേദന
സുന്ദരിയാമെന്റെ തോഴി രൂപ സൗഭാഗ്യമുള്ള സ്നേഹി
കൂട്ടിലെന്നുമെന്നുമെന്റെ നില്‍പ് പുഷ്കലമാക്കിയെന്റെ തോഴി.

കൂജനമിന്നില്ലീ കൂട്ടിലെന്നും ബന്ധനംതന്നെ പാരില്‍
മോഹിക്കുന്നു ഞാനെന്തുമാത്രം മോചനമൊന്നു ലഭിച്ചിടാന്‍
പരിഭവിക്കുന്നീ കൂട്ടിനെച്ചൊല്ലി ബന്ധനത്താല്‍ ഭാഗ്യ വിഹീനനായ്
സ്നേഹിതരോ, സ്വതന്ത്രരായ് ലോകമെങ്ങും പരിലസിച്ചിടുന്നൂ.

വസന്തം വന്നൂ, കുസുമം വിരിഞ്ഞു സൗരഭ്യം പരത്തി പക്ഷേ,
കൂരിരുട്ടിന്‍ കാരാഗൃഹത്തില്‍ വിധിയോര്‍ത്തു കഴിഞ്ഞിടുന്നു ഞാന്‍

ദുഃഖം പങ്കിടാനാരുമില്ലല്ലോ എന്നെ കേൾക്കാനാരുമില്ലല്ലോ
ദുഃഖം പേറി ഞാനീ കൂട്ടിൽ മരണം കാത്തു കഴിയുന്നു ദൈവമേ

കൈവിട്ടുപോയല്ലോ പൂങ്കാവനം, ഹാ! ദുഃഖമയമെങ്ങുമേ
ദുഃഖം മനസ്സിനെ, മനസ്സ് ദുഃഖത്തേയും കാർന്നു തിന്നുകയാണല്ലോ
ആനന്ദമല്ലീ നാദമാഹ്ലാദമല്ലീ ഗാനം
ആരുമില്ലാത്തൊരീ ഹൃദയഭേദനമീ നാദം

ചങ്ങലക്കിട്ടവനേ, തുറന്നുവിടൂ എന്നെ! നിശ്ശബ്ദനാണുഞ്ഞാൻ
പാരതന്ത്രൻ, മോചനം തരൂ ഞാനനുഗ്രഹിക്കാം[1]

തന്റെ ജനത നാനാവിധേനയും ബ്രിട്ടീഷുകാർക്കടിമപ്പെടുന്നത്
ഇഖ്ബാലിന് സഹിക്കാനായില്ല. ആത്മാവ് തന്നെ ഇന്ത്യക്കാരൻ പാശ്ചാ
ത്യർക്കടിമപ്പെടുത്തുകയാണല്ലോ.

ബന്ധനത്തിലീ ജീവിതം ചുരുങ്ങുന്നൊരു ജലപാതയായ്
സ്വാതന്ത്ര്യത്തിലാണെങ്കിലോ മാറുന്നു, അതു സമുദ്രമായ്[2]

തന്നെത്തന്നിലേക്ക് നോക്കുവിൻ ജീവമന്ത്രം കണ്ടെത്തുവിൻ
എന്നെ വേണ്ടായെങ്കിലും തന്നെത്തന്നെ വിശ്വസിക്കുവിൻ
ആത്മാവിൻ ലോകം? അഭിലാഷമാകാംക്ഷ ലഹരിയിലലിഞ്ഞു
ചേരൽ
ദേഹി തൻ ലോകമോ? കൃത്രിമം പിന്നെ ലാഭനഷ്ടമുപജാപവും

ആത്മാവിൻ സമ്പത്തനശ്വരം വരും പിന്നെ പോവില്ലൊരിക്കലും
ദേഹ സമ്പത്തൊരു നിഴൽ! വരും ധനം പോകും പിന്നെയും
ആത്മലോകത്ത് വാഴില്ലൊരു വിദേശിയും
അവിടെയില്ല ശൈഖും പുരോഹിത ബ്രഹ്മനും

ദർവേശിൻ വാക്കിതു സത്യം കേട്ടു ഞാൻ നാണിച്ചുപോയ്
അജ്ഞന്റെ മുമ്പിൽ നമിച്ചാൽ നശിക്കുമൊപ്പം ദേഹവുമാത്മാവും[3]

വേണ്ടാത്തതൊക്കെ മെല്ലെ വേണ്ടതായ് തീരുന്നു
ബന്ധനംകൊണ്ടീ രാഷ്ട്ര ബോധമേ മാറുന്നു[4]

കൊള്ളില്ലൊരിക്കലും ബന്ദി തൻ ജ്ഞാനം
കൊള്ളുന്നതോ മോചിതന്റെ വീക്ഷണം[5]

സ്വദേശി പ്രസ്ഥാനത്തെക്കുറിച്ചുള്ള കാഴ്ചപ്പാട്

ഇഖ്ബാൽ എഴുതുന്നു:

സ്വദേശി പ്രസ്ഥാനം ഇന്ത്യയുടെ താല്പര്യം മാത്രമല്ല, ഇതേ സാമ്പത്തിക രാഷ്ട്രീയ സാഹചര്യമുള്ള ഏത് രാഷ്ട്രത്തിന്റെയും താല്പര്യമാണ്. സാമ്പത്തിക സ്ഥിതിയിൽ മാറ്റം വരാതെ ഒരു രാഷ്ട്രത്തിനും രാഷ്ട്രീയ സ്വാതന്ത്ര്യം സാധ്യമല്ല. രാഷ്ട്രീയ സ്വാതന്ത്ര്യത്തിന് വേണ്ടി വാശിയുള്ള നമ്മുടെ നേതാക്കളാരും ഈ വസ്തുത ശ്രദ്ധിക്കാറില്ല. ഭാഗ്യവശാൽ നമ്മുടെ നാട്ടുകാർ ഇപ്പോൾ ഇക്കാര്യത്തിൽ ശ്രദ്ധിക്കുന്നുണ്ട്. രാഷ്ട്രീയാവകാശങ്ങൾ നേടാനുള്ള രണ്ടാമത്തെ ഉപാധി വ്യക്തികളുടെ അഭിലാഷങ്ങളി ലുള്ള ഐക്യമാണ്. അല്ലാത്തപക്ഷം ദേശീയതയുടെ ചൈതന്യം വേണ്ടത്ര ഉല്പാദിപ്പിക്കപ്പെടില്ല. രാഷ്ട്രത്തെ ഉൾക്കൊള്ളുന്ന വ്യക്തികൾ ഒന്നിക്കുന്നില്ലായെങ്കിൽ പ്രകൃതിയുടെ അനിവാര്യമായ നിയമം അത്തരം ഒരു രാഷ്ട്രത്തെ ഭൂമുഖത്തുനിന്ന് തുടച്ചു മാറ്റും. പ്രകൃതി ഒറ്റ വ്യക്തിയെയോ ഒരുകൂട്ടം വ്യക്തികളെയോ ശ്രദ്ധി ക്കുകയില്ല. പക്ഷേ, ഐക്യത്തിന്റെ മുദ്രാവാക്യം ഉയർത്തുന്ന ആളുകൾതന്നെ പ്രായോഗിക ജീവിതത്തിൽ അതുൾക്കൊള്ളുന്നി ല്ലെന്നതാണ് ഖേദകരം.

ഇന്ന് നമുക്ക് വേണ്ടത് മുദ്രാവാക്യമല്ല, പ്രവർത്തനമാണ്. എന്റെ നാട്ടുകാരേ, ദൈവത്തെയോർത്ത് നിങ്ങൾ കർമ്മരംഗത്തിറങ്ങുക. ലോകത്ത് മതത്തിന്റെ ലക്ഷ്യം മമതയുണ്ടാക്കുകയാണ്. ശത്രു തയല്ല. ഈ പ്രസ്ഥാനം മുസ്ലീങ്ങൾക്ക് ഗുണകരമാവും.

മുസ്ലീങ്ങൾ അധികവും കർഷകരാകയാൽ സ്വദേശി പ്രസ്ഥാനം അവർക്ക് ഗുണം ചെയ്യില്ലെന്ന് ഒരു മാന്യൻ എഴുതിയിരിക്കുന്നു. പഞ്ചാബിൽ അദ്ദേഹം പറയുന്നത് ശരിയായിരിക്കാം. എന്നാൽപ്പോലും സ്വദേശി പ്രസ്ഥാനം മുസ്ലീങ്ങൾക്ക് ഗുണകരമ ല്ലെന്ന് പറയുന്നത് ശരിയല്ല. നിശ്ചയദാർഢ്യവും ധൈര്യവുമുണ്ടെ ങ്കിൽ ഈ പ്രസ്ഥാനം വിജയിക്കുക തന്നെചെയ്യും. മറ്റു രാജ്യങ്ങ ളിലുണ്ടാക്കിയ ഉല്പന്നങ്ങളുപയോഗിക്കുകയില്ലെന്ന് നാം ശപഥ മെടുക്കുക. ഹിന്ദുക്കളും മുസ്ലീങ്ങളും തമ്മിലുള്ള ഐക്യം സ്ഥാപി ക്കുന്നതിലും ശക്തിപ്പെടുത്തുന്നതിലും ഈ പ്രസ്ഥാനം വിജയി ക്കുമെങ്കിൽ അതിന്റെ ലക്ഷ്യം സാക്ഷാൽക്കരിക്കപ്പെടും. അതോടെ ഇന്ത്യ അതിന്റെ ദീർഘനിദ്രയിൽ നിന്നുണരും. ലോക രാഷ്ട്രങ്ങൾക്കിടയിൽ അഭിമാനകരമായ നേട്ടം ഈ രാജ്യം കൈവ രിക്കുകയും ചെയ്യും.'

മഹാത്മാഗാന്ധിയെ കുറിച്ച് 1921 നവംബറിൽ *സമീന്ദാർ* പത്രത്തി ലെഴുതിയ കവിത.

മൗലവി ചൊല്ലിനാൻ മഹാത്മജിയോട്
"ദുർബ്ബലർക്കപ്രാപ്യം താരങ്ങളേ

ആംഗല സാമ്രാജ്യം റോസാദളംപോലെ
ലോലമല്ലാ കാറ്റിൽ പാറിപ്പോകയില്ലാ

ഇന്ത്യക്കാർക്ക് പരുക്കൻ ഖാദിയാട
ആംഗലരുടേതോ ലോഹയങ്കി
കാഠിന്യമുള്ള കൊടുങ്കാറ്റിൻ കൂട്ടത്തിൽ
കുരുവീ വിലാപമെതാരു കേൾക്കാൻ

അരവുമില്ലിലിട്ട ധാന്യ മണിപോലെ
ധൂളിയായ് തീരുമേ നമ്മളെല്ലാം"
കേട്ടപാടെ ചൊല്ലി ഭക്തിപൂർവ്വം
പക്വമതിയാം നല്ലവൻ സത്യസന്ധൻ

"തൂവലിന്റെ വാശി തീർക്കാൻ കരിങ്കല്ലിനാവില്ല
പല്ലിന്റെ വൃത്തിതീർക്കാൻ പല്ല് കുത്തിക്കേ കഴിയൂ"[7]

ജാലിയൻവാലാ ബാഗിനെ കവി ഇങ്ങനെ വിലയിരുത്തി:
രക്തസാക്ഷി തൻ രക്തത്താൽ വിശുദ്ധമായൊരു മണ്ണിതാ
വന്നവരോടൊക്കെ ചൊന്നൂ സദാ, കാലത്തെ നീ മറക്കൊലാ
വൃക്ഷമിത് വടവൃക്ഷമായത് രക്തസാക്ഷി തൻ രക്തത്താൽ
അശ്രുകൊണ്ട് പ്രശംസിക്ക നീയതിലൊട്ടുമേ ലോപം കാട്ടിടാ.[8]

ചൗരി ചൗരാ സംഭവത്തെ ഒരു വിപ്ലവമായാണ് ഇഖ്ബാൽ വില
യിരുത്തിയത്:

മഹാത്മാഗാന്ധിയുടെ അറസ്റ്റിനുശേഷം ഇന്ത്യയിൽ പ്രത്യക്ഷ
ത്തിൽ സമാധാനവും സാധാരണസ്ഥിതിയും നിലനില്ക്കുന്നുണ്ടെ
ങ്കിലും വൈകാരികമായി രാജ്യം തിളച്ചു മറിയുകയാണ്. ഇത്രയും
ഹ്രസ്വമായ കാലയളവിൽ ഇത്തരമൊരു വിപ്ലവം രാഷ്ട്രങ്ങളുടെ
ചരിത്രത്തിൽ കേട്ടിട്ടു പോലുമില്ല. ഇതിന്റെ മദ്ധ്യത്തിൽ കഴിയുന്ന
നമുക്ക് വിപ്ലവത്തിന്റെ പ്രാധാന്യമോ ഫലമോ നിർണ്ണയിക്കാൻ
സാദ്ധ്യമല്ല. വരുംതലമുറ ചരിത്രം വായിക്കുമ്പോൾ ഈ നിശ്ശബ്ദ
വിപ്ലവത്തെക്കുറിച്ച് അത്ഭുതംകൂറും.[9]

1930 ഡിസംബർ 29 ന് അലഹബാദിൽ നടന്ന അഖിലേന്ത്യാ മുസ്ലിം
ലീഗ് യോഗത്തിൽ ഇഖ്ബാൽ നടത്തിയ ആദ്ധ്യക്ഷ പ്രസംഗത്തിൽ നിന്ന്:

ഇന്ത്യയുടെ അടിമത്തം ഏഷ്യയുടെ അനന്തമായ കഷ്ടപ്പാടിന്റെ
ഉറവിടമായിത്തീർന്നിരിക്കുന്നു. അത് കിഴക്കിന്റെ ആത്മാവിനെ
അടിച്ചമർത്തിയിരിക്കുന്നു. ഒരുകാലത്ത് മഹത്തരവും പ്രഭാപൂരി

തവുമായ സംസ്കാരത്തിന്റെ സൃഷ്ടികർമ്മത്തിന് കാരണമായി
ത്തീർന്ന ആത്മ പ്രകടനത്തിന്റെ ആഹ്ലാദം അവർക്ക് പൂർണ്ണമായി
നിഷേധിക്കപ്പെട്ടിരിക്കുന്നു. നാം ജീവിക്കാനും മരിക്കാനും വിധി
ക്കപ്പെട്ട ഇന്ത്യയോട് നമുക്കെല്ലാം ഉത്തരവാദിത്വമുണ്ട്.[10]

പാശ്ചാത്യ വിദ്യാഭ്യാസത്തെയും ചിന്തയെയും സംസ്കാരത്തെയും
ഇഖ്ബാൽ നഖശിഖാന്തം എതിർത്തു:

പൊതു വിദ്യാലയത്തിൽ പഠിക്കുന്ന പയ്യൻ
സത്യം! മരിച്ചു പോയ്
പാവം പഠിച്ചതൊക്കെയും മർദ്ദകന്റെ വിദ്യയല്ലയോ.[11]
കഷ്ടം! മാനവൻ സാമ്രാജ്യത്വ ചൂഷിത മർദ്ദിതൻ
നരൻ നരനിരയാകും ദുരന്തം തന്നെയിന്നും മർത്ത്യന്റെ നിയോഗം
നവ നാഗരികത തൻ തിളക്കംമൂലം നയനങ്ങളഞ്ചിച്ചുപോയ്
നിർമ്മിത മുത്തുമണികളുടെ കൈവേല മാത്രമാണീ കുതന്ത്രം
വെള്ളക്കാരാകും വിവേകശാലികൾ വ്യഥാവിലഭിമാനിക്കുമീ
                                        ജ്ഞാനം
ദുരാഗ്രഹികളുടെ രക്തപങ്കില കരത്തിലുള്ളത് കറുത്ത ഖഡ്ഗം[12]
പടിഞ്ഞാറിന്റെ ഹൂറി വെറും മായ, പടിഞ്ഞാറൻ സ്വർഗ്ഗമോ
                                        നൈമിഷികം
പാശ്ചാത്യൻ വസന്തവും തഥാ, പറന്നകലണേ ചതിക്കു മീതേ
                                        പക്ഷി[13]
ക്ഷമ യാചിക്കുന്നു ഞാൻ ഈ പാശ്ചാത്യമൊന്നു പരീക്ഷിക്കാൻ
യുക്തിക്ക് പ്രസിദ്ധമീ ജ്ഞാനം, പക്ഷേ ആത്മജ്ഞാനമോ ശൂന്യം[14]
പാശ്ചാത്യനെന്ത് സമർത്ഥൻ, പക്ഷേ സിദ്ധിയെവിടെ ഉന്മാദനായ്
                                        തീരാൻ
ആദ്യമേ ലഹരി പിന്നെയാണ് മദ്യം! എന്തു വിചിത്രമീ മദ്യശാലാ
                                        നിയമം[15]

കടൽ ദൈവങ്ങൾ പറഞ്ഞു, പാശ്ചാത്യർ
കൊടുങ്കാറ്റടിച്ചു തകരും ഘോരമായ്[16]
മനുഷ്യനശ്രു പൊഴിക്കുന്നു, കണ്ടില്ലേ?
പാശ്ചാത്യന്റെ ചൂഷണമെത്ര തീക്ഷ്ണം
വിശ്വമെങ്ങും വിതച്ചവൻ ഭിന്നിപ്പിൻ
വിഷം ഹാ! പടിഞ്ഞാറിൻ ചൂഷണം

ആട്ടിൻ തോലണിഞ്ഞ ചെന്നായ്ക്കളെപ്പോൽ
ആട്ടിൻപറ്റങ്ങളെ വേട്ടയാടീടുന്ന
ആഗോള മാനവനല്ലലുണ്ടാക്കുന്ന
അർബ്ബുദമല്ലയോ ആംഗലയന്തകൻ

വിജ്ഞാനം നമുക്കൊരു രാസവിദ്യ
അപരന്നതു വെറും വക്രവിദ്യ
ദുരുപയോഗം ചെയ്തു ശാസ്ത്രവിദ്യ
പിശാചിനെപ്പടയ്ക്കുന്ന ഗൂഢവിദ്യ

പാശ്ചാത്യ ശാസ്ത്രത്തിന്നകത്തൊാ
ളിപ്പിച്ചിരിക്കുന്നു വിഷ രാസ ഖഡ്ഗം
നരലോകത്തെയായകെ തമസ്കരിക്കാൻ
തക്ക കെല്പുള്ളതാണീ രാസായുധങ്ങൾ

ദുർബ്ബല രാജ്യത്തെ കീഴ്പ്പെടുത്താൻ
ദൈവ വിധിയോതി കിങ്കരൻമാർ
ധന്യമാം നമ്മുടെ നവ്യലോകം
ധർമ്മ പാരമ്പര്യത്തിന്റെ തോഴൻ

മൃതദേഹ വ്യാപാരക്കാശുകൊണ്ട്
നരമേധ നീതി നടത്തിടുന്ന
പാശ്ചാത്യർ നമ്മെ ഗണിച്ചിടാനോ?
സ്വാതന്ത്ര്യമൊന്നിങ്ങു തന്നിടാനോ[17]

പൗരസ്ത്യരുടെ പുരോഗതി അവരുടെതന്നെ ശ്രമങ്ങളിലൂടെ
മാത്രമേ സാധിക്കൂ എന്ന് ഇഖ്ബാൽ ഉറച്ച് വിശ്വസിച്ചു. പൗരസ്ത്യ
രാഷ്ട്രങ്ങൾക്കിടയ്ക്ക് ഐക്യവും മമതയും പ്രോത്സാഹിപ്പിക്കണം. ഇവി
ടത്തെ ജനങ്ങൾ സത്യത്തിന്റെയും സൻമാർഗ്ഗത്തിന്റെയും കൊടിക്കീ
ഴിൽ അണിനിരക്കണം. സമ്പന്നമായ പൈതൃകത്തിന്റെ ഉടമകളായ നമ്മ
ളെന്തിന് മടിച്ചിരിക്കണം?

മുറുകെ പിടിക്കുവിൻ! ലാഭ നഷ്ടച്ചെരടുകൾ
മുറുകെ പിടിക്കുവിൻ! പൗരസ്ത്യ ലോകാഭിമാനം
ഒന്നിപ്പിക്കുവിൻ! പൗരസ്ത്യ ലോകത്തെ മുഴുവൻ
പറത്തുവിൻ! സത്യസന്ധതയുടെ പതാക

കലയുടെ മതത്തിന്റെ കളിത്തൊട്ടിലാണീ പൗരസ്ത്യ ഭൂമി
പുണ്യഭൂവിത് കണ്ട് കൊച്ചായില്ലേ സ്വർഗ്ഗത്തോപ്പുപോലും
സംസ്കാരത്തിന്റെ, മതത്തിന്റെ സൂക്ഷിപ്പുകാരേ
കീശയിലൊളിപ്പിച്ച കൈത്തലങ്ങളിൽ നിന്ന് മിന്നൊളി പാറട്ടെ
കണ്ണഞ്ചിപ്പിക്കുവിൻ ഈ ഭൂതലത്തെയാകമാനം!

ഉണരുവിൻ!

രാജ്യങ്ങളെ മുന്നൊരുക്കുവിൻ
പിച്ചിച്ചീന്തുക, പാശ്ചാത്യനിസത്തെ പറയും മുമ്പേ
കേൾക്കണ്ടെ, കച്ചവടാധികാരിയുടെ പഞ്ചാരവാക്ക്
ദുഷിച്ചതാണവന്റെ ഹൃദയം!
അന്നവന് രാജത്വമാണധികാരം
ഇന്നോ കച്ചവടമാണധികാരം!
കച്ചവടക്കാരനും രാജാവും തമ്മിലുള്ള കൂട്ടുകച്ചവടം!
രാജാവ് കപ്പം പിരിക്കുന്നു. കച്ചവടക്കാരനോ ലാഭം പിരിക്കുന്നു![18]

യൂറോപ്യൻ നിർമ്മിത ഉല്പന്നങ്ങളെക്കുറിച്ച് ഇഖ്ബാൽ പാടുന്നു:

വിലയിരുത്തൂ ശരിയാംവിധം മനസ്സിലാക്കാം നിനക്ക്
വിദേശ പട്ടിനേക്കാൾ മൃദുലം നിന്റെ പരുക്കൻ കൈത്തറി
അവഗണിക്കുവിൻ, അവരുടെ ഫാക്ടറികളെ നിസ്സങ്കോചം
വേണ്ടാ തണുപ്പിൻ വിറയൽ തടയാൻ അവരുടെ കമ്പിളി

അവരുടെ യന്ത്രങ്ങളിൽ പതിയിരിക്കുന്നു നമ്മുടെ മരണം
മുറിപ്പെടുത്താതെ കൊല്ലുക, അതാണവരുടെ മാർഗ്ഗം
ഉപേക്ഷിക്കരുതേ, നിന്റെ പരുക്കൻ കമ്പിളി-
യവരുടെ അതിമധുരമാം പരവതാനിക്കായ്

പണയപ്പെടുത്തരുതേ, നിന്റെ കാലാളിനെ-
യവരുടെ രാജ്ഞിക്കായി ചതുരംഗത്തിൽ
അവരുടെ മുത്ത് കളങ്കമാണ്, മാണിക്യം വികലവും
അവരുടെ കസ്തൂരിയോ പട്ടിയുടെ നാഭിയിൽ നിന്നുള്ളതും

മിഠായിക്കച്ചവടക്കാരെപ്പോലവർ ചിരിക്കുന്നു, സ്തുതിക്കുന്നു
നമ്മളോ കുട്ടികളെപ്പോൽ അവരുടെ വലയിലാവുന്നു
ഓ, സ്വതന്ത്രനായ മാനവാ, തിന്നുവിൻ, കുടിക്കുവിൻ, വിൽക്കുവിൻ
സ്വന്തം മണ്ണിൽ നട്ടുനനച്ചത് കൊണ്ടെല്ലാം ചെയ്യുവിൻ

കണ്ടില്ലേ? ഭക്തരെയാത്മജ്ഞാനികളെ
ലളിതമാമവരുടെ മേലങ്കി സ്വയമവർ നെയ്തെടുത്തതല്ലേ
ഓ, അറിവില്ലാത്തവരേ യൂറോപ്പിന്റെ വഞ്ചന നിറഞ്ഞ ഡിസൈ
           നുകൾ
നിങ്ങളുടെ പുഴുക്കളിൽ നിന്നെടുത്ത പട്ടുകൊണ്ട് തന്നെയാണ്
ആ പട്ടുകൊണ്ടാണ് പരവതാനികൾ നെയ്തെടുക്കുന്നത്
അത് നൂറിരട്ടി വിലയ്ക്ക് നിന്റെ തന്നെ വിപണിയിൽ വിൽക്കുക
                                                    യാണ്[19]

പൗരസ്ത്യലോകം ഉണരുകതന്നെ ചെയ്യുമെന്ന പ്രത്യാശ ഇഖ്ബാൽ കൈവിടുന്നില്ല.

പൗരസ്ത്യ ലോകമേ, ചിന്തിക്കൂ നമ്മളെന്തു ചെയ്യണം
കിഴക്കിന്റെ ജീവൻ ഇനിയും പുനർജ്ജനിക്കില്ലേ
വിപ്ലവമിളക്കിയിരിക്കുന്നു കിഴക്കിന്റെ മനസ്സാക്ഷിയെ
ഇരുട്ടിന്നന്ത്യം കുറിച്ചോട്ടെ, സൂര്യനിതാ ഉദിച്ചിരിക്കുന്നു![20]

കാരാഗൃഹത്തിലാണ് വാസം സ്വർഗ്ഗമോ നിഷിദ്ധവും
സ്വത്വം തകർന്നവൻ, ഇന്ത്യക്കാരൻ ചിറകൊടിഞ്ഞവൻ[21]

5

ഇഖ്ബാലും പാകിസ്ഥാൻ പിറവിയും

ദാർശനികനും കവിയുമായാണ് അല്ലാമാ ഇഖ്ബാൽ അറിയപ്പെ ടുന്നതെങ്കിലും രാഷ്ട്രീയത്തിലും അദ്ദേഹം സജീവമായിരുന്നു. 1923 ലാണ് അദ്ദേഹം രാഷ്ട്രീയത്തിൽ വരുന്നത്. പഞ്ചാബിൽ ഏതാനും വർഷം മുസ്ലീം ലീഗിന് നേതൃത്വം നല്കുകയും 1926 ലെ തിരഞ്ഞെടു പ്പിൽ പഞ്ചാബ് നിയമസഭയിലേക്ക് തിരഞ്ഞെടുക്കപ്പെടുകയും ചെയ്തു. മുസ്ലീങ്ങൾ അവരുടെ സാംസ്കാരിക വ്യക്തിത്വം സംരക്ഷിക്കാൻ പ്രത്യേ കമായിത്തന്നെ സംഘടിക്കണമെന്ന അഭിപ്രായക്കാരനായിരുന്നു ഇഖ്ബാൽ. എന്നാൽ മുസ്ലീം ലീഗ് ഒരു പരിഹാരമാണെന്ന് അദ്ദേഹം കരുതിയില്ല. മുസ്ലീം പ്രഭുക്കളുടെ താല്പര്യങ്ങൾക്കായി നിലകൊള്ളുന്ന ലീഗ് ജനാധിപത്യത്തിന് മതിയായ സ്ഥാനം കല്പിക്കുന്നില്ലെന്ന് അദ്ദേഹം അഭിപ്രായപ്പെട്ടു. സാധാരണ മുസ്ലീങ്ങളുടെ സാമ്പത്തിക പ്രശ്ന ങ്ങൾ അവഗണിച്ചതിന് അദ്ദേഹം ലീഗ് നേതൃത്വത്തെ വിമർശിച്ചു. 'മുസ്ലീം ലീഗുകാരനായി അറിയപ്പെടാൻ അദ്ദേഹം ആഗ്രഹിച്ചതുമില്ല.

1930 ലെ അലഹബാദ് മുസ്ലീംലീഗ് സമ്മേളനത്തിൽ ആദ്ധ്യക്ഷംവ ഹിച്ചുകൊണ്ട് ഇഖ്ബാൽ പറഞ്ഞു:

ഞാൻ ഒരു പാർട്ടിയെയും നയിക്കുന്നില്ല. ഒരു നേതാവിനെയും അനുഗമിക്കുന്നുമില്ല. എന്റെ ജീവിതത്തിന്റെ ഏറ്റവും നല്ലഭാഗം ഇസ്ലാമിന്റെ രാഷ്ട്രീയം, നിയമം, സംസ്കാരം, സാഹിത്യം എന്നിവ സസൂക്ഷ്മം പഠിക്കാൻ വിനിയോഗിച്ചു. ഇസ്ലാമിന്റെ ആത്മാവുമാ യുള്ള സുദൃഢബന്ധം ഒരു ലോക യാഥാർത്ഥ്യമെന്നുള്ള അതിന്റെ പൊരുളിലേക്ക് ഉൾക്കാഴ്ച തന്നു. ഇസ്ലാമിന്റെ ആത്മാവിനോട് സത്യസന്ധത പുലർത്താൻ മുസ്ലീം ഇന്ത്യ നിശ്ചയിച്ചിരിക്കുന്നു വെന്ന് ഞാൻ കരുതുന്നു.[2]

1931 ലെ വട്ടമേശസമ്മേളനത്തിൽ പങ്കെടുത്തപ്പോഴും ഇഖ്ബാൽ ഏതെങ്കിലും പാർട്ടിയെ പ്രതിനിധാനം ചെയ്തില്ല.

മുസ്ലീംലീഗിന്റെ അലഹബാദ് സമ്മേളനത്തിൽ ചെയ്ത പ്രസംഗ മാണ് പാകിസ്ഥാൻ എന്ന ആശയത്തിന് ബീജാവാചം നല്കിയതെന്ന് പല ചരിത്രകാരന്മാരും അഭിപ്രായപ്പെടുന്നുണ്ട്. വിഭജനത്തിന്റെ പിതൃത്വം കവിയുടെ തലയിൽവയ്ക്കാൻ ചില ദേശീയ ചരിത്രകാരന്മാർ വാശിപിടി ച്ചതുപോലെ തോന്നുന്നു. പാകിസ്ഥാൻ ചരിത്രകാരന്മാരും വിഭജനത്തെ വെള്ളപൂശാൻ ഇഖ്ബാലിന്റെ പ്രസംഗം ഉപയോഗപ്പെടുത്തുന്നു. ഇഖ്ബാ ലിന്റെ അലഹബാദ് പ്രസംഗത്തിലെ രാഷ്ട്ര സങ്കല്പവും 1947 ൽ പിറന്ന പാകിസ്ഥാനും തമ്മിൽ കാര്യമായ ഒരു ബന്ധവുമില്ല. പാകിസ്ഥാൻ വാദ ത്തിന് അത് പ്രചോദനമായിരിക്കാം. എന്നാൽ അതൊരു പ്രവചനമായി കാണാൻ വയ്യ. അതേസമയം മതത്തെ വ്യക്തിജീവിതത്തിലൊതുക്കു ന്നതിനോടോ രാഷ്ട്രീയത്തെ മതത്തിൽനിന്ന് മാറ്റി നിറുത്തുന്നതിനോടോ ഇഖ്ബാൽ അനുകൂലനായിരുന്നില്ല.

പ്രസംഗത്തിൽ നിന്ന്

മതം വ്യക്തിയുടെ സ്വകാര്യ വിഷയമാണെന്നും മനുഷ്യന്റെ ഭൗതിക ജീവിതവുമായി അതിന് ബന്ധമില്ലായെന്നും ഉള്ള നിഗമ നത്തിലേക്കാണ് യൂറോപ്യർ നമ്മെ എത്തിച്ചിരിക്കുന്നത്. എന്നാൽ ഇസ്ലാമിൽ ദൈവവും പ്രപഞ്ചവും ആത്മാവും പദാർത്ഥവും ചർച്ചും സ്റ്റേറ്റും പരസ്പരം ബന്ധപ്പെട്ടു കിടക്കുകയാണ്. ഇസ്ലാമിക ലോകത്ത് നമുക്ക് ആഗോളമാനമുള്ള ഒരു രാഷ്ട്രീയ വ്യവസ്ഥി തിയുണ്ട്. അത് ദൈവികമാണെന്ന് നാം വിശ്വസിക്കുന്നു. എന്നാൽ ആധുനിക ലോകത്തോടുള്ള നമ്മുടെ നിയമജ്ഞരുടെ അകൽച്ച മൂലം പുതിയ നീക്കുപോക്കുകളോടെ അവ പുനരുദ്ധരിക്കേണ്ടി വന്നിരിക്കുന്നു. ഇസ്ലാമിക ലോകത്ത് ദേശീയതയുടെ അന്തിമവിധി എന്താകുമെന്ന് എനിക്കറിയില്ല... ഇപ്പോൾ ദേശീയത എന്ന ആശയം മുസ്ലീം വീക്ഷണങ്ങളെ യുക്തിവാദാധിഷ്ഠിതമാക്കുക യാണ്. ഫലമോ മാനവിക സ്വഭാവം വരുത്തുന്ന ഇസ്ലാമിന്റെ പ്രവർത്തനം ഭൗതികമായ പ്രത്യാക്രമണങ്ങൾക്ക് വിധേയമാവു ന്നു.[3]

വർഗ്ഗചിന്തയെപ്പറ്റി ഇഖ്ബാൽ പറഞ്ഞു:

ഇന്ത്യയിൽ കബീറിന്റെ അദ്ധ്യാപനങ്ങളും അക്ബറിന്റെ ദിവ്യമ തവും പൊതുജനത്തിന്റെ ഭാവനയെ കീഴ്പ്പെടുത്തിയെങ്കിൽ അതൊരു വസ്തുതയാകുമായിരുന്നു. എന്നാൽ അതുണ്ടായില്ല. ഇന്ത്യയിലെ ജാതിമത വിഭാഗങ്ങൾ അവരുടെ വ്യക്തിത്വം ഒന്നി

പ്പിക്കാൻ തയ്യാറല്ലെന്നതാണ് വസ്തുത. അതിനാൽ ഇന്ത്യയുടെ ദേശീയ ഐക്യം വരുത്തേണ്ടത് ഈ വസ്തുത നിരാകരിച്ചല്ല. മറിച്ച് വിവിധ വിഭാഗങ്ങളുടെ പരസ്പര സഹകരണത്തിലും മൈത്രിയിലൂടെയുമാണ്. യഥാർത്ഥ രാജ്യതന്ത്രജ്ഞതയ്ക്ക് വസ്തുതകളെ, അവ എത്ര തൃപ്തികരമല്ലെങ്കിലും അവഗണിക്കാനാവില്ല... ഈ വീക്ഷണത്തിലൂടെ ഇന്ത്യയുടെ ഐക്യം കണ്ടെത്തുന്നതിനെയാണ് ഇന്ത്യയുടെയും ഏഷ്യയുടെയും വിധി ആശ്രയിച്ചിരിക്കുന്നത്.

ഇന്ത്യ ഏഷ്യയുടെ ഒരു ചെറിയ രൂപമാണ്. ഇവിടത്തെ ജനതയിൽ ഒരു വിഭാഗത്തിന് പൗരസ്ത്യൻ രാഷ്ട്രങ്ങളുമായും മറ്റൊരു വിഭാഗത്തിന് മധ്യേഷ്യയുമായും പശ്ചിമേഷ്യയുമായും ബന്ധമുണ്ട്. ഇന്ത്യയിൽ ഫലപ്രദമായ ഒരു പരസ്പര സഹകരണ തത്ത്വം ആവിഷ്കരിച്ചാൽ അത് ഏറെക്കാലം കഷ്ടത അനുഭവിക്കുന്ന ഈ പൗരാണിക രാജ്യത്ത് സമാധാനവും പരസ്പര നന്മയും വരുത്തും. അത്തരത്തിലുള്ള ആന്തരിക മൈത്രിയുടെ തത്ത്വം ആവിഷ്കരിക്കുന്നതിൽ നമ്മുടെ ക്രമം ഇതുവരെ പരാജയത്തിൽ തന്നെയെന്നത് ദുഃഖകരമാണ്. എന്തുകൊണ്ടത് പരാജയപ്പെട്ടു? ഒരു പക്ഷേ, മേധാവിത്വം സ്ഥാപിക്കാൻ ഓരോരുത്തരും നടത്തുന്ന ശ്രമങ്ങളിൽ പരസ്പരം സംശയിക്കുന്നത് കൊണ്ടാവാം. അല്ലെങ്കിൽ പരസ്പര സഹകരണമെന്ന ഉന്നത ലക്ഷ്യപ്രാപ്തിക്കായി സാഹചര്യം നമുക്കുതന്ന സ്വന്തമായ താല്പര്യങ്ങളോട് വിടപറയാൻ കഴിയാത്തതാകാം. അതുമല്ലെങ്കിൽ ദേശീയതയുടെ മൂടുപടത്തിനുള്ളിൽ ആത്മാഭിമാനത്തെ കുടിയിരുത്താൻ കഴിയാത്തതാകാം. അതാവണം പുറത്ത് വിശാലമായ ദേശസ്നേഹത്തിന് പ്രേരിപ്പിക്കുന്നതും അകത്ത് സങ്കുചിതമായ വർഗ്ഗചിന്ത പുലർത്തുന്നതും... പരാജയത്തിന്റെ കാരണം എന്തുമാവട്ടെ; എനിക്കിപ്പോഴും പ്രതീക്ഷ നശിച്ചിട്ടില്ല. ആന്തരികമൈത്രി സ്ഥാപിക്കുന്നതിലേക്ക് സംഭവങ്ങൾ നീങ്ങിക്കൊണ്ടിരിക്കുന്നുണ്ട്. മുസ്ലീം മനസ്സിനെ മനസ്സിലാക്കാൻ കഴിഞ്ഞിടത്തോളം ഒരുകാര്യം പ്രഖ്യാപിക്കുന്നതിൽ എനിക്ക് മടിയില്ല. അതായത് സ്ഥിരമായ ഒരു ഒത്തുതീർപ്പ് അടിസ്ഥാനമാക്കി ഇന്ത്യൻ മുസൽമാനെ അവന്റെ സംസ്കാരവും പാരമ്പര്യവും അനുസരിച്ച് സ്വതന്ത്രമായി വളരാൻ അനുവദിക്കുകയെന്ന തത്ത്വം അംഗീകരിക്കപ്പെടണം. എങ്കിൽ ഇന്ത്യയുടെ സ്വാതന്ത്ര്യത്തിനുവേണ്ടി സർവ്വസ്വവും അർപ്പിക്കാൻ അവർ ഇനിയും തയ്യാറാവും.[4]

വർഗ്ഗീയതയെപ്പറ്റി ഇഖ്ബാൽ

ഓരോ വിഭാഗത്തിനും അവരുടേതായ മാർഗ്ഗത്തിൽ വളരാൻ സ്വാതന്ത്ര്യം വേണമെന്നത് ഏതെങ്കിലും സങ്കുചിതമായ വർഗ്ഗീയ

ചിന്തയിൽ നിന്നുടലെടുത്തതല്ല. വർഗ്ഗചിന്ത രണ്ടു വിധമുണ്ട്. ഒരു സമുദായം മറ്റൊരു സമുദായത്തോട് വിദ്വേഷം പുലർത്തുന്നത് വില കുറഞ്ഞതും നിന്ദ്യവുമായ ഏർപ്പാടാണ്. ഇതര സമുദായ ങ്ങളുടെ മത വ്യവസ്ഥകളെയും നിയമങ്ങളെയും ആചാരങ്ങ ളെയും ഞാൻ ആദരിക്കുന്നു. ഖുർആന്റെ അദ്ധ്യാപനമനുസരിച്ച് ആവശ്യമാണെങ്കിൽ അവരുടെ ആരാധനാലയങ്ങളെ സംരക്ഷി ക്കേണ്ടത് വരെ എന്റെ ചുമതലയാണ്. അതോടൊപ്പം എന്റെ ജീവി തത്തിന്റെയും സ്വഭാവത്തിന്റെയും ഉത്ഭവകേന്ദ്രമായ സമുദായ വിഭാഗത്തെ ഞാൻ സ്നേഹിക്കുന്നു. ചിന്തയും മതവും സാഹി ത്യവും സംസ്കാരവും നല്കി എന്നെ ഇവ്വിധം രൂപപ്പെടുത്തിയത് അതാണ്. അതെന്റെ കഴിഞ്ഞ കാലത്തിന് പുനർജ്ജീവൻ നല്കി എന്റെ മനസ്സിനെ ജീവസ്സുറ്റതാക്കുന്ന പ്രധാന ഘടകവും അതാ ണ്...... സാമുദായികത അതിന്റെ ഉന്നതമായ വീക്ഷണത്തിൽ ഇന്ത്യയെപ്പോലുള്ള രാജ്യത്ത് മൈത്രി സ്ഥാപിക്കാൻ അനിവാര്യ മാണ്. ഇന്ത്യൻ സമൂഹത്തിന്റെ ഘടകങ്ങൾ യൂറോപ്യൻ രാജ്യ ങ്ങളിലേതുപോലെ പ്രാദേശികമല്ല. വിവിധ വർഗ്ഗക്കാരായ ജനവി ഭാഗങ്ങളുടെ ഭൂഖണ്ഡമാണ് ഇന്ത്യ. അവർ വിവിധ ഭാഷ സംസാ രിക്കുന്നു. വിവിധ മത വിശ്വാസങ്ങൾ പുലർത്തുന്നു. അവരുടെ സ്വഭാവം പൊതുവായ ഒരു വർഗ്ഗീയ ചിന്തയെ അടിസ്ഥാനമാക്കി യല്ല. ഹിന്ദുക്കൾ വരെ ഐക്യരൂപം പുലർത്തുന്നവരല്ല. സാമുദാ യിക വിഭാഗങ്ങളെ അംഗീകരിക്കാതെ യൂറോപ്യൻ ജനാധിപത്യ തത്ത്വങ്ങൾ ഇന്ത്യയിൽ അടിച്ചേല്പിക്കാൻ പറ്റില്ല. അതിനാൽ ഇന്ത്യക്കകത്ത് ഒരു മുസ്ലീം ഇന്ത്യ സൃഷ്ടിക്കുകയെന്ന മുസ്ലീങ്ങ ളുടെ ആവശ്യം പൂർണ്ണമായും ന്യായമാണ്.[5]

തുടർന്ന് തന്റെ സങ്കല്പത്തിലുള്ള മുസ്ലീംസ്റ്റേറ്റ് എന്താണെന്ന് ഇഖ്ബാൽ ഇപ്രകാരം വിശദമാക്കുന്നു:

പഞ്ചാബ്, വടക്ക് പടിഞ്ഞാറൻ അതിർത്തി പ്രവിശ്യ, സിന്ധ്, ബെലൂചിസ്ഥാൻ എന്നീ പ്രദേശങ്ങൾ ബ്രിട്ടീഷ് സാമ്രാജ്യത്തിന കത്തോ ബ്രിട്ടീഷ് സാമ്രാജ്യം കൂടാതെയോ സ്വയംഭരണാവകാ ശമുള്ള ഗവൺമെന്റോടു കൂടിയ ഒറ്റ സ്റ്റേറ്റായി കൂടിച്ചേർന്നു കാണാൻ ഞാൻ ആഗ്രഹിക്കുന്നു. അങ്ങനെ ഭദ്രതയുള്ള ഒരു വടക്കു പടിഞ്ഞാറൻ ഇന്ത്യൻ മുസ്ലീം സ്റ്റേറ്റാണ് വടക്കു പടി ഞ്ഞാറേ ഇന്ത്യയിലെ മുസ്ലീങ്ങളുടെതെങ്കിലും അന്തിമവിധി എന്നാണ് എനിക്ക് തോന്നുന്നത്.[6]

ഇതാണ് ഇഖ്ബാലിൽ ആരോപിക്കപ്പെടുന്ന പാകിസ്ഥാനെക്കുറി ച്ചുള്ള പ്രവചനം. അതേസമയം ഒരു പ്രത്യേക രാഷ്ട്രം സ്ഥാപിച്ച് ഇന്ത്യ യിൽനിന്ന് വേറിട്ട ഒരു രാജ്യമെന്ന ഒരാശയം ഇഖ്ബാലിനുണ്ടായിരുന്നി

ല്ലെന്ന് മേൽ വരികളിൽ നിന്ന് വ്യക്തമാണ്. മുസ്ലീംസ്റ്റേറ്റ് ഇന്ത്യക്കെ
ത്താണെന്ന് ആദ്യം വ്യക്തമാക്കിയ ശേഷം അത് ബ്രിട്ടീഷിന്ത്യക്കകത്തോ
പുറത്തോ ആകാമെന്നും ഇഖ്ബാൽ പറയുന്നു. ബ്രിട്ടീഷിന്ത്യക്കു പുറത്ത്
എന്നതിന് ഇന്ത്യാ രാജ്യത്തിന് പുറത്ത് എന്ന് അർത്ഥമില്ല. ഇന്ത്യയിൽ
ബ്രിട്ടീഷുകാർ നേരിട്ട് ഭരിക്കുന്ന പ്രദേശങ്ങളും അവരുടെ നിയന്ത്രണ
ത്തിലുള്ള നാട്ടുരാജ്യങ്ങളും ഉണ്ടായിരുന്നു. നാട്ടുരാജ്യങ്ങൾ ബ്രിട്ടീഷി
ന്ത്യക്ക് പുറത്തായിരുന്നെങ്കിലും സ്വതന്ത്ര രാഷ്ട്രങ്ങളായിരുന്നില്ല.
അവയ്ക്ക്മേൽ ബ്രിട്ടീഷുകാരുടെ പൂർണ്ണനിയന്ത്രണമുണ്ടായിരുന്നു.
ഇത്തരത്തിൽ ബ്രിട്ടീഷിന്ത്യക്ക് അകത്തോ പുറത്തോ മുസ്ലീങ്ങൾക്ക്
സ്വാധീനമുള്ള മുസ്ലീം സ്റ്റേറ്റ് സ്ഥാപിക്കാനായിരുന്നു ഇഖ്ബാലിന്റെ ഉദ്ദേ
ശ്യം. ഈ നിർദ്ദേശത്തോട് ഹിന്ദുക്കൾക്കോ ബ്രിട്ടീഷുകാർക്കോ അമ്പര
പ്പുണ്ടാവേണ്ട കാര്യമില്ലെന്നും ഇഖ്ബാൽ പറഞ്ഞു:

> ലോകത്തെ ഏറ്റവും വലിയ മുസ്ലീം രാജ്യമാണ് ഇന്ത്യ. ഇന്നാ
> ട്ടിലെ ഒരു സാംസ്കാരിക ശക്തിയെന്ന നിലയ്ക്കുള്ള ഇസ്ലാമിന്റെ
> ജീവ് അത് ഒരു പ്രത്യേക കേന്ദ്രത്തിൽ കേന്ദ്രീകരിക്കുന്നതിനെ
> ആശ്രയിച്ചാണിരിക്കുന്നത്. ഈ കേന്ദ്രീകരണം ഇന്ത്യയെ വിദേ
> ശീയ ആക്രമണങ്ങളിൽ നിന്ന് രക്ഷിക്കാൻ പലപ്പോഴും സഹായ
> കമാവും. ഇന്ത്യൻ സൈന്യത്തിൽ നല്ലൊരുഭാഗം ഈ ഭാഗത്ത്
> നിന്നുള്ളവരാണ്.[7]

1928 ൽ കോൺഗ്രസ് സ്വാധീനത്തിൽ പ്രസിദ്ധീകരിച്ച നെഹ്റു
റിപ്പോർട്ടിൽ ഫെഡറൽ സംവിധാനത്തിൽ നിന്ന് മാറി ഏക സർക്കാർ
എന്ന ആശയം ഉയർന്നപ്പോഴാണ് ഫെഡറൽ ആശയത്തിനുവേണ്ടി
ഇഖ്ബാൽ ഇങ്ങനെയൊരു നിർദ്ദേശം മുന്നോട്ടുവെച്ചത്.

> കാലാവസ്ഥ, വർഗ്ഗം, ഭാഷ, സാമൂഹിക വ്യവസ്ഥ എന്നിവയിൽ
> ഇന്ത്യയിലുള്ള എണ്ണമറ്റ വ്യത്യാസങ്ങൾ പരിഗണിക്കുമ്പോൾ
> ഭാഷ, വർഗ്ഗം, ചരിത്രം, മതം, സാമ്പത്തിക സ്ഥിതി എന്നിവ അടി
> സ്ഥാനമാക്കി രാജ്യത്തെ സ്വതന്ത്ര സ്റ്റേറ്റുകളാക്കി വിഭജിക്കലി
> ലൂടെ മാത്രമേ ഇന്ത്യക്കു സ്ഥായിയായ ഒരു ഭരണഘടനാ രൂപം
> സൃഷ്ടിക്കാൻ സാധിക്കുകയുള്ളൂ.[8]

> ഇങ്ങനെയുള്ള വ്യത്യസ്ത സ്റ്റേറ്റുകളുടെ ഒരു ഫെഡറേഷനാണ്
> ഇഖ്ബാൽ മുന്നോട്ടുവെച്ചത്.[9]

പ്രസംഗത്തിന്റെ ഉപസംഹാരത്തിൽ ഭാരതത്തിന്റെ പാരതന്ത്ര്യത്തി
ലേക്ക് ഇഖ്ബാൽ വിരൽചൂണ്ടി.

> ഏഷ്യയുടെ മുഴുവൻ എണ്ണമറ്റ കഷ്ടപ്പാടുകളുടെ ഉത്ഭവം ഇന്ത്യ
> യുടെ രാഷ്ട്രീയമായ അടിമത്തമാണ്. കിഴക്കിന്റെ ആവേശം അത്

അടിച്ചമർത്തിയിരിക്കുന്നു. കിഴക്കിനെ മഹത്തായ ഒരു സംസ്കാ രത്തിന്റെ വിധാതാവാക്കിയ സ്വന്തം ആശയ പ്രകാശനത്തെ അത് നമുക്ക് നിഷേധിച്ചിരിക്കുന്നു. നമുക്ക് ജീവിക്കാനും ഭരിക്കാനും വിധിക്കപ്പെട്ട ഇന്ത്യയോട് നമുക്ക് ചുമതലയുണ്ട്. ഏഷ്യയോടും നമുക്ക് ബാദ്ധ്യതയുണ്ട്. പ്രത്യേകിച്ചും മുസ്ലീം ഏഷ്യയോട്....[10]

ഖിലാഫത്ത് പ്രസ്ഥാനത്തിന്റെയും നിസ്സഹകരണ പ്രസ്ഥാനത്തി ന്റെയും ശേഷം രാജ്യത്താകെ നടന്ന വർഗ്ഗീയ കലാപങ്ങളുടെ പശ്ചാ ത്തലത്തിലാണ് ഇഖ്ബാലിന്റെ പ്രസംഗമുണ്ടായത്. നിരവധി മുസ്ലീങ്ങൾ വർഗ്ഗീയ കലാപങ്ങൾക്കിരയായി. ഭരണവൃന്ദവും നിയമപാലകരും പക്ഷ പാതപരമായ സമീപനമാണ് കൈക്കൊണ്ടത്. ഇതേ സന്ദർഭത്തിലാണ് ലണ്ടനിൽ ഒന്നാം വട്ടമേശ സമ്മേളനം ആരംഭിച്ചതും. ഇക്കാരണങ്ങളാൽ ഇഖ്ബാലിന്റെ പ്രസംഗം മാധ്യമങ്ങളിലും ഭരണ കർത്താക്കളിലും ചർച്ചാ വിഷയമായി.

എല്ലാവർക്കും പൊതുവായ ദേശീയത ഉണ്ടാവുന്നത് അഭികാമ്യമാ ണെന്നുകൂടി ഇഖ്ബാൽ പറഞ്ഞു:

ഇന്ത്യക്ക് പൊതുവായ ദേശീയതയെന്ന വീക്ഷണം സുന്ദരമായ ഒരാശയമാണ്. അതിന് കാവ്യാത്മകമായ ആകർഷകതയുണ്ട്. എന്നാൽ നിലവിലുള്ള സ്ഥിതിയും ഇരു സമുദായങ്ങളുടെയും ബോധപൂർവ്വമല്ലാത്ത മനോഭാവവും മൂലം അത് കൈവരുത്തുക അസാദ്ധ്യമായിരിക്കുന്നു.[11]

നിലവിലുള്ള ദേശീയത മുസ്ലീങ്ങൾക്ക് ഉപകാരപ്രദമല്ലെന്ന് ഇഖ്ബാൽ തീർച്ചപ്പെടുത്തി. ഒരിക്കൽ പണ്ഡിറ്റ് ജവഹർലാൽ നെഹ്റു വിനോട് അദ്ദേഹം ചോദിച്ചു:

എൺപത് ദശലക്ഷം ന്യൂനപക്ഷത്തിന് ഏറ്റവും കുറഞ്ഞ സുര ക്ഷയെങ്കിലും നല്കാൻ ഭൂരിപക്ഷ സമുദായം തയ്യാറല്ല. ഒരു മൂന്നാം പാർട്ടിയുടെ വാക്ക് അവർ അംഗീകരിക്കുന്നുമില്ല. അവ രുടെ താല്പര്യങ്ങൾക്ക് മാത്രം ഉപകരിക്കുന്ന ഒരുതരം ദേശീയ തയെക്കുറിച്ചാണ് അവർ നിരന്തരം പറഞ്ഞുകൊണ്ടിരിക്കുന്നത്. ഇതാണ് നിലപാടെങ്കിൽ എങ്ങനെയാണ് ഇന്ത്യയുടെ പ്രശ്നങ്ങൾ പരിഹരിക്കുക?[12]

വിശാലമായ ഇന്ത്യൻ ഫെഡറേഷനിൽ ഒരു മുസ്ലീം സംസ്ഥാനമെ ന്നല്ലാതെ പൂർണ്ണ സ്വാതന്ത്ര്യമുള്ള പാകിസ്ഥാൻ ഇഖ്ബാലിന്റെ ലക്ഷ്യ മായിരുന്നില്ലെന്ന് ചരിത്രകാരനായ കെ കെ അസീസ് ഉറപ്പിക്കുന്നു.[13] മിസ്റ്റർ എഡ്വാർഡ് തോംസൺ *ഒബ്സർവ്വർ ജേർണലിൽ* ഇഖ്ബാലിനെ പാകിസ്ഥാൻ പദ്ധതിയുടെ പ്രധാന വക്താവായി ചിത്രീകരിച്ചപ്പോൾ ഇഖ്ബാൽ അത് നിഷേധിച്ചു. അദ്ദേഹം തോംസന് ഇപ്രകാരം എഴുതി:

എന്നെ പാകിസ്ഥാൻ പദ്ധതിയുടെ പ്രധാന വക്താവായി ചിത്രീ
കരിച്ചിരിക്കയാണ് നിങ്ങൾ. പാകിസ്ഥാൻ എന്റെ പദ്ധതിയെ അല്ല.
എന്റെ പ്രസംഗത്തിൽ മുസ്ലീം ഭൂരിപക്ഷ പ്രദേശങ്ങൾ ഉൾക്കൊ
ള്ളുന്ന ഒരു വടക്ക് പടിഞ്ഞാറൻ സംസ്ഥാനം വേണമെന്ന് മാത്ര
മാണ് ഞാൻ ആവശ്യപ്പെട്ടത്. ....ആ സംസ്ഥാനം ഇന്ത്യൻ ഫെഡ
റേഷനിലായിരിക്കണം. പാകിസ്ഥാൻ വാദക്കാർ ഇംഗ്ലണ്ടുമായി
നേരിട്ട് ബന്ധമുള്ള ഒരു പ്രത്യേക രാജ്യമാണ് ആവശ്യപ്പെടുന്ന
ത്. ഈ പദ്ധതി ഉത്ഭവിച്ചത് കേംബ്രിഡ്ജിലാണ്. ഇന്ത്യൻ ദേശീ
യതയെ ഞങ്ങൾ വട്ടമേശയിലെ മുസ്ലീം പ്രതിനിധികൾ കുരുതി
കൊടുത്തെന്നാണ് പാകിസ്ഥാൻ പദ്ധതിയുടെ ആൾക്കാർ കരു
തുന്നത്.[14]

തോംസൺ 1940 ൽ പ്രസിദ്ധീകരിച്ച ഗ്രന്ഥത്തിൽ ഇഖ്ബാ
ലിനെക്കുറിച്ച് മറ്റൊരഭിപ്രായമാണ് പറയുന്നത്. മുസ്ലീംലീഗിന്റെ പ്രസി
ഡന്റ് എന്ന നിലയിൽ അദ്ദേഹം പാകിസ്ഥാൻ വാദം അംഗീകരിക്കുകയും
വ്യക്തിപരമായി അതിനെ എതിർക്കുകയും ബ്രിട്ടീഷ് ഗവൺമെന്റിനും
ഹിന്ദുക്കൾക്കും മുസ്ലീങ്ങൾക്കും പാകിസ്ഥാൻ വിഘാതമാണെന്ന് വിശ്വ
സിക്കുകയും ചെയ്തുവത്രേ. ഇക്കാര്യം ഇഖ്ബാൽ തന്നോട് നേരിട്ടു
പറഞ്ഞുവെന്നും തോംസൺ എഴുതുന്നു.[15] ഇഖ്ബാലിന്റെ ജീവിതകാ
ലത്ത് ഇഖ്ബാൽ പാകിസ്ഥാൻ വാദം അംഗീകരിച്ചിട്ടില്ല. അദ്ദേഹം മുസ്ലീം
ലീഗിന്റെ പ്രസിഡന്റായിരുന്നിട്ടുമില്ല. മുസ്ലീംസ്റ്റേറ്റ് വേണമെന്ന ആവശ്യം
1940 ലാണ് പാർട്ടി അംഗീകരിച്ചത്. ഇഖ്ബാൽ മരിച്ചതാവട്ടെ 1938 ലും.
ഇന്ത്യക്കകത്ത് ഒരു മുസ്ലീംസ്റ്റേറ്റ് വേണമെന്ന ആഗ്രഹം 1930 ലെ അലഹ
ബാദ് സമ്മേളനത്തിൽ ഇഖ്ബാൽ മുന്നോട്ടുവച്ചതുതന്നെ നിലവിലുള്ള
ഹിന്ദു- മുസ്ലീം സംഘർഷത്തിന്റെ പശ്ചാത്തലത്തിലുള്ളതാണ്. ഈ
ആവശ്യത്തെത്തന്നെ ഒരു കവിയുടെ സ്വപ്നമെന്ന് പറഞ്ഞ് മുഹമ്മദലി
ജിന്നയടക്കമുള്ള മുസ്ലീംലീഗ് നേതാക്കൾ തള്ളിക്കളഞ്ഞതാണ്. ഒരു
പൂർണ്ണ ദേശീയ വിഭജനമായിരുന്നില്ല ഇഖ്ബാൽ മുന്നോട്ടുവച്ചതെന്ന്
ജിന്നയുടെ ചരിത്രകാരനായ സ്റ്റേൻലി വോൾപെർട്ടും രേഖപ്പെടുത്തുന്നു.[16]
കെ കെ അസീസ്[17], ഷൗക്കത്തുല്ലാ അൻസാരി[18] എന്നീ പാകിസ്ഥാൻ
ചരിത്രകാരന്മാരും ഇതേ അഭിപ്രായം ബലപ്പെടുത്തുകയാണ് ചെയ്യുന്ന
ത്. റഹ്മത് അലിയുടെ പദ്ധതിയിൽനിന്ന് അടിസ്ഥാനപരമായിത്തന്നെ
വ്യത്യാസമുള്ളതാണ് ഇഖ്ബാലിന്റെ വീക്ഷണം. ഇഖ്ബാൽ ഇന്ത്യക്ക
കത്തുതന്നെ ഒരു മുസ്ലീംസ്റ്റേറ്റ് വേണമെന്നാണ് ആവശ്യപ്പെട്ടത്.

മുസ്ലീം രാഷ്ട്രവാദത്തെ ഇഖ്ബാൽ പിന്തുണച്ചില്ലെന്ന് ഇഖ്ബാ
ലിന്റെ ജീവചരിത്രം എഴുതിയ എസ് എം എച്ച് ബർണിയും രേഖപ്പെടു
ത്തുന്നു. പഞ്ചാബ്, വടക്ക് പടിഞ്ഞാറേ പ്രവിശ്യ, സിന്ധ്, ബലൂചിസ്ഥാൻ
എന്നീ സ്വയം ഭരണാവകാശമുള്ള പ്രവിശ്യകൾ ഒന്നിപ്പിച്ച് ഇന്ത്യൻ യൂണി
യനിൽ തന്നെയുള്ള ഒരു സ്റ്റേറ്റാണ് അദ്ദേഹം വിഭാവനം ചെയ്തത്.

അഞ്ച് വർഷത്തിനുശേഷം ചൗധരി റഹ്മത് അലി പാകിസ്ഥാൻ എന്ന ആശയം മുന്നോട്ടുവച്ചപ്പോൾ ഇഖ്ബാൽ അത് തള്ളിക്കളയുകയായിരുന്നു.[19] രണ്ട് സ്വതന്ത്ര്യ രാജ്യങ്ങളായി ഇന്ത്യ വിഭജിക്കുന്നതായിരുന്നില്ല ഇഖ്ബാലിന്റെ ആശയമെന്ന് ഇന്ത്യയുടെ ദേശീയ ചരിത്രകാരൻ ഡോ. താരാചന്ദും രേഖപ്പെടുത്തിയിട്ടുണ്ട്. സംസ്ഥാനങ്ങൾ പുനർവിഭജിക്കണമെന്ന് മാത്രമാണ് അദ്ദേഹം ആവശ്യപ്പെട്ടത്. മുസ്ലീം സമുദായത്തിന് ഭൂരിപക്ഷമുള്ള സംസ്ഥാനം മുസ്ലീങ്ങളുടെ താല്പര്യം സുരക്ഷിതമാക്കാൻ ഉപകരിക്കുമെന്ന് അദ്ദേഹം കരുതി.[20] ഒരു അയഞ്ഞ ഫെഡറൽ ഭരണത്തിനകത്ത് സ്വയംഭരണാവകാശമുള്ള ഒരു മുസ്ലീം സ്റ്റേറ്റാണ് ഇഖ്ബാൽ ലക്ഷ്യമാക്കിയതെന്ന് *ഇഖ്ബാൽ 'ജിന്ന' പാകിസ്ഥാൻ* എന്ന കൃതിയിൽ സി എ നഈം എഴുതിയതും പ്രസ്താവ്യമാണ്.[21]

അലഹബാദിൽ മുസ്ലീംലീഗ് സമ്മേളനം നടക്കുമ്പോൾ അതിന്റെ നേതാക്കൾ പലരും ലണ്ടനിൽ വട്ടമേശ സമ്മേളനത്തിൽ സംബന്ധിക്കുകയായിരുന്നു. ഇഖ്ബാലിന്റെ പ്രസംഗം ഇംഗ്ലീഷ് പത്രങ്ങളിലൂടെ നേതാക്കളുടെ ചെവിയിലെത്തി. ഇഖ്ബാൽ അവതരിപ്പിച്ച ആശയത്തെ പരാമർശിച്ച് മുഹമ്മദലി ജിന്ന പറഞ്ഞു: "ഇഖ്ബാൽ രാഷ്ട്രീയക്കാരനല്ല, അദ്ദേഹം കവിയാണ്. കവികൾ സ്വപ്നം കാണുന്നവരാണ്." മറ്റുള്ള മുസ്ലീംലീഗ് നേതാക്കളുടെയും പ്രതികരണം ഇങ്ങനെ തന്നെയായിരുന്നു.[22]

6

ഇഖ്ബാലും സോഷ്യലിസവും

അല്ലാമാ ഇഖ്ബാൽ കമ്യൂണിസത്തെയും റഷ്യയിലെ ബോൾഷെ വിക് വിപ്ലവത്തെയും പ്രശംസിച്ചുകൊണ്ടാണ് കവിതകൾ രചിച്ചത്. ദൈവ ത്തോടുള്ള മാർക്സിയൻ കാഴ്ചപ്പാടിനെ അദ്ദേഹം അനുകൂലിച്ചില്ലെ ങ്കിലും അദ്ധ്വാനിക്കുന്നവനോടും തൊഴിലാളിയോടുമുള്ള മാർക്സി ന്റെയും കമ്യൂണിസത്തിന്റെയും നിലപാടിനെ പ്രശംസിക്കുക മാത്രമല്ല സോഷ്യലിസം ഇസ്ലാമുമായി അടുത്തുനില്ക്കുന്ന വ്യവസ്ഥിതിയാണെന്ന് ഇഖ്ബാൽ വിശ്വസിക്കുക കൂടി ചെയ്തു. റഷ്യയിൽ ബോൾഷെവിക് വിപ്ലവമുണ്ടായപ്പോൾ ഇഖ്ബാൽ അതിനെ അഭിനന്ദിക്കുകയും അതേ ക്കുറിച്ച് 'സർമായ വ മിഹ്നത്' (മൂലധനവും തൊഴിലും) എന്ന പേരിൽ ഒരു കവിത രചിക്കുകയും ചെയ്തു. സോവിയറ്റ് വിപ്ലവത്തോടെ കിഴക്കും പടിഞ്ഞാറുമുള്ള തൊഴിലാളികൾക്ക് ഒരു പുതിയ പ്രഭാതം വന്നിരിക്ക യാണെന്നും അദ്ദേഹം എഴുതി. കവിതയിൽ നിന്ന്:

പോകുവിൻ! ചങ്ങലക്കിട്ട തൊഴിലാളിക്കെന്റെ സന്ദേശം

നല്കുവിൻ

എന്താണ് ഖിസറിന്റെ സന്ദേശം; അതോ ആഗോളമാം സന്ദേശം
ശ്രദ്ധിക്കൂ, വിഴുങ്ങീ നിന്നെ കുടിലനാമൊരു മുതലാളി
വഞ്ചിക്കുന്നവൻ നിന്നെ നൂറുകണക്കിന് വർഷങ്ങളായ്

ധന വഞ്ചകന്റെ കൈയിൽ നിന്ന് വീണതാം വെറുപ്പിന്റെ കൂലി
അവർ വലിച്ചെറിഞ്ഞതാണ് ദരിദ്രന് ലഭിക്കും ഭിക്ഷ
മലമുകളിലെ മാരണക്കാരന്റെ കഥ പോലവൻ പാവങ്ങളെ മയക്കി
പാവം ദരിദ്രൻ ലഭിച്ചതൊക്കെ തിന്നുന്നു മീഠായി പോൽ

ബൂർഷ്വാസി സൂത്രക്കാരൻ; നാട്ടിലും ജനത്തിലും ജാതി
                                        വർണ്ണ സംസ്കൃതിയിലും
ഭരണത്തിലുമെല്ലാമാവശ്യമായ ലഹരിയത്രയും
                                        വാറ്റിയെടുക്കുകയാണവൻ
ഈ കള്ളദൈവങ്ങൾക്കായി വാക്കറിയാത്ത ഇരകൾ
                                        ദുരന്തം വരുത്തുകയാണ്
ജീവന്റെ മിന്നുന്ന നിധി അവൻ വലിക്കുന്ന പുകയുടെ
                                        രുചിക്കായികവരുകയാണ്

ക്രൂരൻ മുതലാളി സർവ്വം ചൂഷണം ചെയ്തു, നാണമില്ലൊ
                                        ട്ടുമീവഞ്ചകർക്ക്
നിങ്ങളവരെ സംശയിക്കുന്നില്ലാ, നിങ്ങളോ കളിയിലെന്നും
                                        തോല്ക്കുക തന്നെ
വരുവിൻ ഭൂമിതൻ സമൂഹങ്ങളുടെ രീതിയിതാ മാറുകയായി
കിഴക്കും പടിഞ്ഞാറും നിങ്ങളുടെതന്നെ യുഗം ജനിക്കുകയായി

പുളിച്ചു പോയൊരാത്മാവിനൊരു കടൽ കിട്ടിയാലും മതിയാവില്ല
പൂമൊട്ടിന് മഞ്ഞിൻകണമെന്ന പോൽ വിഡ്ഢി നീ തൃപ്തനാവു
                                        കയാണ്
വിളിച്ചുണർത്തിയല്ലോ ജനാധിപത്യം സുഖഹേതുവും അതു
                                        തന്നെയല്ലോ
ജംഷേദിന്റെയുമലക്സാണ്ടറുടെയും സ്വപ്നകഥ നമ്മളിനിയും
                                        കേൾക്കണോ

ഭൂമിതൻ ഗർഭപാത്രത്തിൽ നിന്നുയർന്നു ചുവപ്പിന്റെ പുതു സൂര്യൻ
ഒലിപ്പിക്കുന്നതെന്തിന് വീണുപോയ നക്ഷത്രത്തിനായ്
ചങ്ങലകൾ പൊട്ടിക്കുക! അത് മനുഷ്യന് സഹജമല്ലോ
പറുദീസയിൽ നിന്ന് പുറത്തായതിനെത്ര കാലം കണ്ണീർപൊ
                                        ഴിക്കണം നാം[1]

റഷ്യയിലെ ബോൾഷെവിക് വിപ്ലവം സർവ്വലോക തൊഴിലാളി
കൾക്കും മോചനത്തിന്റെ സന്ദേശമായാണ് ഇഖ്ബാൽ അവതരിപ്പിച്ചത്.
കാൾമാർക്സിനെയും ലെനിനെയും കമ്യൂണിസത്തെ തന്നെയും വിമർശ
നാത്മകമായി വിലയിരുത്തിക്കൊണ്ട് അദ്ദേഹം കവിതകളെഴുതി.
എന്തൊക്കെ കുറവുകളുണ്ടെങ്കിലും സോഷ്യലിസവും കമ്യൂണിസവും
അദ്ധ്വാനിക്കുന്നവന് വഴികാട്ടിയിരിക്കുന്നുവെന്ന് ഇഖ്ബാൽ വിലയിരുത്തി.
ഇഖ്ബാൽ പറയുന്നതിങ്ങനെ:

യൂറോപ്യൻ വ്യാവസായികതയുടെ ലെയ്സേ ഫെയർ മുതലാ
ളിത്തം മനുഷ്യസമൂഹത്തെ വ്യത്യസ്ത ദേശീയ ഗ്രൂപ്പുകളായി

വിഭജിച്ചിരിക്കുന്നു. ഓരോ ദേശരാജ്യങ്ങൾക്കിടയിലും തന്നെ വർഗ്ഗസമരങ്ങൾ നടക്കുകയാണ്. കാരണം അവിടങ്ങളിലൊക്കെ ഉള്ളവനും ഇല്ലാത്തവനും തമ്മിൽ സംഘട്ടനത്തിലാണ്. കാർഷിക മേധാവിത്വമുള്ള തന്റെ രാജ്യത്ത് വ്യാവസായിക തൊഴിലാളിവർഗ്ഗം വികസിച്ചിട്ടില്ലെങ്കിലും ജന്മിയും കുടിയാനും തമ്മിലുള്ള തർക്കം രൂക്ഷമായ സാമൂഹിക സാമ്പത്തിക പ്രശ്നമായി തീർന്നിരിക്കു ന്നു. ജന്മിയേക്കാളും ക്രൂരനാണ് പലിശക്കാരനായ പണയക്കാ രൻ.. ഭൂമിയുടെ അവകാശം വേഗത്തിൽ ജന്മികളിൽ നിന്നും പണ യക്കാരിലേക്ക് മാറിക്കൊണ്ടിരിക്കയാണ്. അവരാകട്ടെ കൃഷിനില ത്തിന്റെയോ കർഷകന്റെയോ ക്ഷേമത്തിനുവേണ്ടി ഒന്നും ചെയ്യു ന്നുമില്ല. ഇങ്ങനെ അപ്രത്യക്ഷനും ഒന്നും ചെയ്യാത്തവനുമായ ഭൂവുടമയെ, പണയക്കാരനെ നിർമ്മാർജനം ചെയ്യിക്കുന്നതിനുള്ള വിപ്ലവത്തെ സ്വാഗതം ചെയ്യുകയാണ്.[2]

സ്വകാര്യസ്വത്ത് തീരെ ഇല്ലാതാക്കുകയും എല്ലാവരെയും കൃത്രിമ മായ സമത്വത്തിലേക്ക് കൊണ്ടുവരികയും ചെയ്യുന്ന സോഷ്യലിസമല്ല ഇഖ്ബാൽ മുന്നോട്ടുവച്ചത്. ഓരോരുത്തരിൽ നിന്ന് അവനവന്റെ കഴിവ നുസരിച്ച്, ഓരോരുത്തർക്കും അവരവരുടെ കഴിവനുസരിച്ച് എന്ന സെന്റ് സൈമന്റെ സോഷ്യലിസമാണ് ഇഖ്ബാലിനിഷ്ടപ്പെട്ടത്. ഇവ്വിധമുള്ള സോഷ്യലിസമാണ് ഇസ്ലാം വിഭാവനം ചെയ്യുന്നത്. പക്ഷേ, ഇസ്ലാമിക സോഷ്യലിസം മുസ്ലീങ്ങൾ ഉപയോഗപ്പെടുത്തിയിട്ടില്ലെന്ന് അദ്ദേഹം പരാ തിപ്പെടുന്നു. സോഷ്യലിസത്തിന്റെ സാമ്പത്തികമായ അടിസ്ഥാനം *ഖുർ ആന്റെ* അദ്ധ്യാപനങ്ങൾക്കനുസൃതം തന്നെയാണ്. ഇസ്ലാമിനും സോഷ്യ ലിസത്തിനും ഒരേലക്ഷ്യം തന്നെയാണുള്ളത്. എല്ലാ വിഭാഗങ്ങളുടെയും ക്ഷേമം സംരക്ഷിക്കുകയാണ് ലക്ഷ്യം. സാമൂഹിക നീതി അടിസ്ഥാന മാക്കിയുള്ള സമൂഹമാണ് വേണ്ടത്. ഇസ്ലാമിന്റെ സോഷ്യലിസ്റ്റ് വ്യവ സ്ഥിതിയിൽ അതിനാവശ്യമായതൊക്കെ ഉണ്ട്. "ഞാനൊരു മുസ്ലീം സ്റ്റേറ്റിന്റെ ഭരണാധികാരിയായാൽ ആദ്യം ഞാൻ ആ സ്റ്റേറ്റ് ഒരു സോഷ്യ ലിസ്റ്റ് സ്റ്റേറ്റാക്കി മാറ്റും."[3]

മനുഷ്യ സമൂഹങ്ങളുടെ സാമ്പത്തിക രോഗങ്ങൾക്കുള്ള പരിഹാരം *ഖുർആൻ* തന്നെ നിർദ്ദേശിക്കുന്നുണ്ട്. മുതലാളിത്തം അതിരു കട ക്കുമ്പോൾ അത് ഏറ്റവും വലിയ ശാപമാണ്. അതിന് പരിഹാരം മുതലാളിത്തത്തെ നിർമ്മാർജ്ജനം ചെയ്യലല്ല, മറിച്ച് അതിനെ പരി ധിയിൽ നിറുത്തുകയാണ്. അനന്തരാവകാശം, സക്കാത്ത് എന്നീ മാർഗ്ഗങ്ങളിലൂടെ *ഖുർആൻ* മുതലാളിത്തത്തിന് പരിധി നിർണയി ച്ചിരിക്കുന്നു. ആരുടെയും അവകാശങ്ങൾ നിഷേധിക്കാനോ ആരെയും ചൂഷണം ചെയ്യാനോ ആർക്കും അവകാശമില്ല. അതി രുവിട്ട മുതലാളിത്തത്തിനെതിരെയുള്ള ഏറ്റവും ശക്തമായ പ്രതി കരണമാണ് ബോൾഷെവിസം. എന്നാൽ മുതലാളിത്തവും

ബോൾഷെവിസവും രണ്ടും തീവ്രമാണ്. മൂലധനത്തെ ഇസ്ലാം നിരാകരിക്കുന്നില്ല. എന്നാൽ മൂലധനം ചൂഷണത്തിനുള്ള മാർഗ്ഗമായിക്കൂടാ. തൊഴിലും മൂലധനവും അതാതിന്റെ പരിധിയിൽ നില്ക്കണം. മൂലധനത്തിന്റെ പേരിൽ ഒരു വർഗ്ഗം മറ്റൊരു വർഗ്ഗത്തെ ആവാഹിച്ചുകൂടാ എന്നതാണ് ഇസ്ലാമിക *ശരീഅ ത്തിന്റെ* വഴി. മൂലധനവും തൊഴിലും അതാതിന്റെ പരിധിയിൽ നിന്ന് പ്രവർത്തിക്കുമ്പോഴാണ് യഥാർത്ഥ സോഷ്യലിസം സംജാതമാവുക. നിലവിലുള്ള തീവ്രമായ സോഷ്യലിസ്റ്റ് രീതി പ്രായോഗികമല്ലാത്തതിനാൽ റഷ്യ കുറേ ഭേദഗതികൾ കൊണ്ടുവരാൻ നിർബ്ബന്ധിതമാവും. അത് ഇസ്ലാമികമല്ലെങ്കിൽക്കൂടി ഇസ്ലാമുമായി വളരെ ബന്ധപ്പെട്ടിരിക്കും.[4]

സർ ഫ്രാൻസിസ് യങ്ങ് ഹസ്ബന്റിനെഴുതിയ കത്തിൽ ഇഖ്ബാൽ പറഞ്ഞു:

സഹജമായി മതമില്ലാത്തവരാണ് റഷ്യക്കാരെന്ന് ഞാൻ കരുതുന്നില്ല. മത മനോഭാവമുള്ള ശക്തരായ സ്ത്രീ പുരുഷന്മാരാണവർ. റഷ്യൻമനസ്സിന്റെ ഇന്നത്തെ നിരാസാവസ്ഥ അധികകാലം നിലനില്ക്കില്ല. കാരണം ദൈവ നിഷേധാവസ്ഥയിൽ ഒരു സമൂഹത്തിനും നിലനില്ക്കാനാവില്ല. ആ രാജ്യത്ത് പ്രശ്നങ്ങൾ അവസാനിക്കുകയും അവർക്ക് സമാധാനമായി ചിന്തിക്കാൻ സമയം കിട്ടുകയും ചെയ്യുമ്പോൾ അവർ അവരുടെ വ്യവസ്ഥിതിക്ക് അനുകൂലമായ ഒരടിത്തറ കണ്ടെത്താൻ നിർബ്ബന്ധിതരാവും... ബോൾഷെവിസവും ദൈവവും കൂടിച്ചേർന്നാൽ അത് ഇസ്ലാമിനോട് സമാനം തന്നെയാണ്... കാലക്രമേണ ഇസ്ലാം റഷ്യയെ ഭക്തിമയമാക്കും. അല്ലെങ്കിൽ റഷ്യ ഇസ്ലാമിനെ ഉൾക്കൊള്ളും...[5]

എല്ലാ ജനവിഭാഗങ്ങളുടെയും സമത്വം അടിസ്ഥാനമാക്കിയുള്ള ഒരു സാമൂഹിക ക്രമത്തിന്റെ പ്രവാചകനും സ്ഥാപകനുമായാണ് ഇഖ്ബാൽ മാർക്സിനെ കാണുന്നത്. നീതിപൂർവ്വകമായ ഒരു സാമൂഹിക ക്രമത്തിന്റെ തത്ത്വങ്ങൾ ഉൾക്കൊള്ളുന്ന ഒരു വേദഗ്രന്ഥമായി മാർക്സിന്റെ *ദാസ് ക്യാപിറ്റലിനെ* വിലയിരുത്തുകയും ചെയ്യുന്നു:

"ദൈവം പ്രത്യക്ഷപ്പെടാത്തമോശെയാണദ്ദേഹം
കുരിശു ചുമക്കാത്ത യേശുവാണദ്ദേഹം
പ്രവാചകനല്ലെങ്കിലും തനിക്ക് നെഞ്ചോട് ചേർത്തൊരു വേദമുണ്ട്."[6]

മാർക്സിന്റെ അദ്ധ്യാപനങ്ങളിൽ മറക്കപ്പെട്ട ഒരു സത്യമുണ്ടെന്ന് ഇഖ്ബാൽ വിശ്വസിക്കുന്നു. ദൈവത്തിന് മുമ്പിൽ എല്ലാവരും സമന്മാരാണെന്ന ഇസ്ലാമിന്റെ തത്ത്വമാണത്. മാർക്സിന്റെ സാമൂഹിക വ്യവസ്ഥ

ഭൗതികപരമാണെങ്കിലും, മാർക്സ് ദൈവത്തെ അംഗീകരിക്കുന്നില്ലെ
ങ്കിലും മറക്കപ്പെട്ട ഈ സത്യത്തെ അംഗീകരിക്കാതെ വയ്യ. മാലാഖയി
ല്ലാത്ത ഒരു പ്രവാചകനാണ് കാൾ മാർക്സ്.

*ദാസ് ക്യാപിറ്റലിന്റെ കർത്താവ് വരുന്നത് പ്രവാചകൻ ഇബ്രാ
ഹീമിന്റെ ഗോത്രത്തിൽ നിന്നാണ്. അദ്ദേഹം ജിബ്‌രീൽ എന്ന
മാലാഖ വരാത്ത ഒരു പ്രവാചകനാണ്. അദ്ദേഹത്തിന്റെ തെറ്റിൽ
മറയ്ക്കപ്പെട്ട ഒരു സത്യമുണ്ട്. ഹൃദയത്തിൽ അദ്ദേഹം വിശ്വാസി
യാണ്. ബുദ്ധിപരമായി പരിത്യാഗിയും. പാശ്ചാത്യർക്ക് സ്വർഗ്ഗം
നഷ്ടപ്പെട്ടിരിക്കുന്നു. അവർ ആത്മാവിനെ തേടുന്നത് വയറ്റിലാ
ണ്. യഥാർത്ഥ ആത്മാവ് ശരീരത്തിൽ നിന്ന് നിറമോ മണമോ
സ്വീകരിക്കില്ല. എന്നാൽ സോഷ്യലിസത്തിന് ശരീരമല്ലാതെ
മറ്റൊരു വിചാരമില്ല. യാഥാർത്ഥ്യമറിയാത്ത ഈ പ്രവാചകന്റെ
മതം വയറുകളുടെ സമത്വത്തിലാണ് പണിതിരിക്കുന്നത്.*[7]

ബോൾഷെവിക് വിപ്ലവത്തിന്റെ പിതാവായ ലെനിനോടും ഇഖ്ബാൽ
വളരെ ആദരവ് പുലർത്തി. *"ലെനിൻ ദൈവ സന്നിധിയിൽ" ("ലെനിൻ
ഖുദാ കേ ഹുസൂർ മെം")* എന്ന കവിതതന്നെ അദ്ദേഹം രചിച്ചു. തൊഴി
ലാളി വർഗ്ഗത്തിന്റെ ലോകനേതാവും പ്രതിനിധിയുമായാണ് ഇഖ്ബാൽ
ലെനിനെ അവതരിപ്പിക്കുന്നത്. തന്റെ മരണശേഷം ലെനിൻ ദൈവ സന്നി
ധിയിൽ തൊഴിലാളികളുടെ യാതനകൾ കണ്ണീരോടെ വിവരിക്കുന്നതാണ്
രംഗം. മുതലാളിമാരുടെ ദുഷ്ടതകൾ അദ്ദേഹം എണ്ണിപ്പറയുന്നു. ജീവി
തകാലത്ത് ദൈവത്തിൽ വിശ്വാസിക്കാത്ത ലെനിൻ മരണത്തിനുശേഷം
ദൈവത്തെ മുഖാമുഖം കാണുന്ന രംഗമാണ് കവിതയിലുള്ളത്.
ദൈവത്തെ അപ്പോൾ നിഷേധിക്കാൻ ലെനിന് കഴിയുന്നില്ല. സംഭ്രമ
ത്തോടെ അദ്ദേഹം ദൈവത്തോട് ചോദിക്കുകയാണ്:

സകല പ്രപഞ്ചവും ജീവജാലങ്ങളൊക്കെയും സാക്ഷ്യ
                    പ്പെടുത്തുന്ന സത്യമേ
സത്യം നീ മാത്രം; ജീവജാലങ്ങളെല്ലാം നിന്റെ സത്ത മാത്രം
സത്യമതൊന്നുണ്ടോ ഇല്ലയോ എന്ന് ഞാനറിയുവതെങ്ങനെ
                    കാരണം
യുക്തിയുടെ ഗണനങ്ങൾ നിമിഷവും മാറുകയാണല്ലോ
ഗ്രഹ ശാസ്ത്രകാരനും സസ്യശാസ്ത്രജ്ഞനും കേട്ടില്ല
പ്രകൃതി തൻ അനന്തമാം സംഗീതം
ഇന്ന് നേരിൽ കണ്ടപ്പോൾ വിശ്വസിക്കുന്നു ഞാൻ
സഭയുടെ ബാധയാണീ ദൈവമെന്നിന്നേവരെ ഗണിച്ചു ഞാൻ

പകലും രാത്രിയും ചങ്ങലകളിൽ ബന്ധിതർ ഞങ്ങൾ
നീയോ സർവ്വ തന്മാത്രകളുടെയും ശില്പി, യുഗങ്ങളെപ്പണിതവൻ

അങ്ങയുടെ സമ്മതത്തോടൊരു ചോദ്യം ഞാന്‍ ചോദിച്ചോട്ടെ
ചിന്തകരുടെ പ്രബന്ധങ്ങളൊന്നും മറുപടി തന്നിട്ടില്ലെനിക്ക്

ആകാശ മേല്‍ക്കൂരയ്ക്ക് കീഴെ ഞങ്ങള്‍ ജീവിച്ചകാലം
മുള്ളേറ്റേറ്റന്റെ ഹൃദയം വിങ്ങിയനേരം
ചിന്തകളാല്‍ ആത്മാവലങ്കോലപ്പെട്ട പോലെ
ശബ്ദമിടറിയതിനാല്‍ പറയാനാവാതെ....

എന്തൊരു മനുഷ്യരാണ് നിന്നെ ആരാധിക്കുന്നവര്‍?
ആകാശത്തിന് താഴെയുള്ള വെറും പൊടിയില്‍നിന്ന് പടച്ചെടു
                        അവര്‍
യൂറോപ്പിന്റെ വിളറിയ കരണങ്ങളാണ് കിഴക്കിന്റെ ക്ഷേത്രങ്ങള്‍
പടിഞ്ഞാറിനോ തിളങ്ങുന്ന ലോഹങ്ങളാണ് ദൈവം.....

ഈ ജ്ഞാനം ഈ പഠനം, ഈ രാജ്യതന്ത്രജ്ഞത ഈ ഭരണകൂടം
അവര്‍ ചോര നക്കുന്നു സമത്വം പ്രസംഗിക്കുകയും ചെയ്യുന്നു.
തൊഴിലില്ലായ്മ, നഗ്നമാം കാല്‍മുട്ടുകള്‍, മദ്യ ലഹരി, ദാരിദ്ര്യം
ഇതൊക്കെയാണ് പാശ്ചാത്യന്‍ സംസ്കാരത്തിന്റെ സംഭാവനകള്‍.

ദൈവ മാര്‍ഗ്ഗത്താല്‍ അനുഗ്രഹിക്കപ്പെടാത്ത മനുഷ്യരുണ്ടല്ലോ
അവരുടെ പുരോഗതി വൈദ്യുതിയിലും ആവിയന്ത്ര
                        ത്തിലുംനിര്‍ണ്ണിതമാണ്.
ഹൃദയങ്ങള്‍ക്ക് മരണം യന്ത്രങ്ങള്‍ക്ക് ഭരണം
യന്ത്രങ്ങള്‍ മാനവ കാരുണ്യത്തെയാകെ തകര്‍ക്കുന്നു....

അങ്ങ് ശക്തനും നീതിമാനുമാണ്. പക്ഷേ നിന്റെ ലോകത്ത്
തൊഴിലാളിയുടെ വിധി കൈപ്പുറ്റതാണ് തീര്‍ച്ച
എപ്പോഴാണ് മുതലാളിത്തത്തിന്റെ ഈ കപ്പല്‍ തകരുക?
അങ്ങയുടെ വിധിതീര്‍പ്പിന്റെ ദിവസത്തിനായ് കാത്തിരി
                        ക്കുന്നുലോകം.[8]

സ്വര്‍ഗ്ഗത്തില്‍വച്ചുള്ള ലെനിന്റെ പ്രസംഗം കേട്ടപ്പോള്‍ മാലാഖമാര്‍
വന്ന് കൂടിപ്പാടാന്‍ തുടങ്ങി. മുതലാളിത്തം ദൈവത്തിന്റെ അടിമകളെ
മുതലാളിമാരുടെ അടിമകളാക്കുകയാണ് എന്നാണവര്‍ പാടിക്കൊണ്ടിരു
ന്നത്. പാട്ടും പ്രസംഗവും കൂടി കേട്ടപ്പോള്‍ ദൈവം നിലവിലെ സാമൂ
ഹിക ക്രമംതന്നെ തകര്‍ക്കാന്‍ മാലാഖമാരോടാജ്ഞാപിച്ചു. കഷ്ടപ്പാടു
കള്‍ക്കെതിരെ പൊരുതാന്‍ തൊഴിലാളിവര്‍ഗ്ഗത്തോടഭ്യര്‍ത്ഥിക്കുകയും
ചെയ്തു. പാവപ്പെട്ടവര്‍ക്കുപകരിക്കാത്ത കോട്ടകൊത്തളങ്ങളുടെ മതി
ലുകള്‍ തകര്‍ക്കാനും ദൈവം മാലാഖമാരോടഭ്യര്‍ത്ഥിച്ചു:

ഉയരൂ, ഉണരൂ, ആഗോള ദരിദ്ര സമൂഹമേ,
പണക്കാരന്റെ കൊത്തളങ്ങൾ തകർക്കുവിൻ
വിശ്വാസത്തിന്റെയഗ്നികൊണ്ട് അടിമയുടെ രക്തം ചൂടാക്കുവിൻ
ശക്തനായ കഴുകനോട് പോരാടിക്കട്ടെ പാവം കുരുവി

ജനാധിപത്യത്തിൻ ഭരണക്കാലം വരികയായി
പോകൂ തകർക്കൂ നിങ്ങൾ കാണും പഴയ ബിംബങ്ങളെല്ലാം
കൃഷിയിടങ്ങളിലെ ഗോതമ്പു കുലകൾ കത്തിച്ചു കളയൂ, കാരണം
അതിൽനിന്ന് കർഷകന് ഒരുതരിപോലും അന്നം ലഭിക്കില്ല.[9]

കോട്ടകൾ കത്തിച്ചു കളയുന്ന ഇടിമിന്നൽ പണ്ടേ കർത്തവ്യം
നിർവ്വഹിക്കുന്നു
രാജാവിന്റെ തോട്ടത്തിനായെന്തിന് കർഷകന്റെ നിണമൊഴുക്കണമി
നിയും
പുത്തൻ ചിന്തയുടെ സൂര്യൻ അതിശീഘ്രം ഉയരുകയാണ്
യാഥാസ്ഥിതികത്വം ഇനിയും ഇരുട്ട് പരത്തിയിട്ടെന്തു കാര്യം?[10]

ഇബ്ലീസ് കീ മജ്ലിസേ ശൂറാ എന്ന കവിതയിൽ സോഷ്യലി
സത്തെ ഇഖ്ബാൽ ചോദ്യം ചെയ്യുന്നുണ്ട്. മുസ്ലീങ്ങൾ *ഖുർആൻ*
കൈയൊഴിച്ചതുകൊണ്ടാണ് വേറെ സിദ്ധാന്തങ്ങളെ പിന്തുടരേണ്ടി വരു
ന്നതെന്നും അദ്ദേഹം പറയുന്നു. മുസ്ലീങ്ങൾ *ഖുർആൻ* കൈയൊഴിച്ചിരി
ക്കുന്നതാണ് ചെകുത്താനെ സന്തോഷിപ്പിക്കുന്നത്:

"എനിക്കറിയാം ഈ സമുദായം ഏറെനാൾ *ഖുർആനെ* വഹിക്കില്ല
വിശ്വാസികളുടെ മതവും ഇപ്പോൾ മുതലാളിത്തം തന്നെയാണ്."[11]

ഖുർആൻ വിഭാവനം ചെയ്യുന്നത് സോഷ്യലിസമാണെന്ന് വിശ്വസിച്ച
ഇഖ്ബാൽ അതിനുവേണ്ടി *ഖുർആൻ* രണ്ടാമദ്ധ്യായത്തിലെ 219-ാം
വചനം ഉദ്ധരിക്കുന്നു: "എന്താണ് ചെലവഴിക്കേണ്ടതെന്ന് അവർ താങ്ക
ളോട് ചോദിക്കുന്നു. പറയുക. മിച്ചമുള്ളത് (surplus) മുസ്ലീം പ്രഭുക്കന്മാർ
ധൂർത്തടിക്കുന്നത് അദ്ദേഹത്തിന് സഹിച്ചില്ല. "ആത്മാവ് നിങ്ങളുടെ
കൈകളെ നിയന്ത്രിക്കട്ടെ. ആവശ്യം കഴിഞ്ഞ് മിച്ചമുള്ളതെന്താണോ,
അത് നിങ്ങൾ കൊടുക്കുവിൻ."[12] 'ഇശ്തിറാകിയ്യത്ത്' ('കമ്യൂണിസം')
എന്ന കവിതയിൽ മേൽ വചനം ഉദ്ധരിച്ചുകൊണ്ട് റഷ്യയുടെ പുരോ
ഗതി മറ്റ് രാഷ്ട്രങ്ങൾക്ക് മാതൃകയാണെന്നും സർവ്വ രാജ്യങ്ങളും ഇത്
മാതൃകയാക്കുമെന്നും ഇഖ്ബാൽ എഴുതി:

രാജ്യങ്ങളുടെ സ്വഭാവം കാണുമ്പോൾ തോന്നുവതെനിക്ക്
റഷ്യയുടെ ശീഘ്ര പുരോഗതിക്ക് നേട്ടങ്ങളേറെയുണ്ട്.
ഓ മുസ്ലീം, നീ *ഖുർആനിലേക്ക്* കുതിർക്കുക
ദൈവം നിനക്ക് തന്നോട്ടെ, കുതിപ്പുള്ളോരു സ്വഭാവം

മിച്ചം എന്ന പദത്തിൽ അന്തർലീനമായ സത്യം
ഇക്കാലത്തൊരുപക്ഷേ, പ്രകടമാവുന്നതീയൊരു സത്യമാവാം.[13]

റഷ്യയിലെ ദൈവ നിരാസം ഇഖ്ബാൽ കാര്യമാക്കുന്നില്ല. മറിച്ച്
അത് ജനങ്ങൾക്ക് സമത്വം പ്രദാനം ചെയ്യുന്നു. *ഖുർആൻ* വിഭാവനം
ചെയ്യുന്ന ഒരു സമൂഹത്തെയാണ് റഷ്യയിൽ സൃഷ്ടിച്ചുകൊണ്ടിരിക്കു
ന്നത്. അത് ദൈവിക നിയമങ്ങൾ തന്നെയാണ്. അധികം കഴിയുംമുമ്പ്
ദൈവത്തെ അംഗീകരിക്കാൻ റഷ്യ നിർബ്ബന്ധിതമായേക്കും. *ഖുർആൻ*
സ്വന്തമാണെന്ന് കരുതുന്ന സമൂഹങ്ങൾ എന്തു കൊണ്ടാണ് *ഖുർആ*
നിക നിയമങ്ങൾ നടപ്പാക്കാത്തത് എന്നതാണ് ഇഖ്ബാലിന്റെ ആവലാ
തി.[14] സത്യത്തിൽ റഷ്യയുടെ ദൈവനിരാസം കാത്തോലിക്കാസഭയുടെ
പൗരോഹിത്യത്തിനെതിരെയും മുതലാളിത്തത്തെ സഹായിക്കുന്ന അവ
രുടെ ദൈവ വിശ്വാസത്തിനെതിരെയുമുള്ള പ്രതികരണമാണെന്നും
ഇഖ്ബാൽ വിശ്വസിക്കുന്നു. 'ബോൾഷെവിക് റഷ്യ' എന്ന കവിതയിൽ
അദ്ദേഹം എഴുതുകയാണ്:

ചർച്ചിന്റെ നില്പ് മോക്ഷം വരുത്തുമെന്നോ
ഇല്ല, ചർച്ച് മോക്ഷനാശത്തിന്റെ ഉപകരണമാവും
റഷ്യയുടെ ദൈവ നിരാസത്തിലുണ്ടൊരു ദൈവ പ്രചോദനം
മതഭ്രാന്തരുടെ അപരിഷ്കൃത ബിംബങ്ങളെ തകർക്കാനാണിത്.[15]

മുതലാളിത്ത ചൂഷണത്തിന്റെ കൊത്തളങ്ങൾ തകർക്കുന്നതിന്
റഷ്യയുടെ മതനിരാസം സഹായകമായി എന്ന് പാസ് ഷെ ബയദ് കർദ്
എന്ന *പേർഷ്യൻ മസ്നവിയിൽ* ഇഖ്ബാൽ എഴുതുന്നു. ഈ ദൈവ
നിരാസം റഷ്യൻ കമ്യൂണിസത്തിന്റെ 'ലാ' എന്ന പ്രതിഷേധ ഭാവമാ
ണ്. ഇസ്ലാം 'ലാ ഇലാഹ' (ദൈവമില്ല) എന്ന് പറഞ്ഞാണ് ഇല്ലല്ലാഹ്
(അല്ലാഹു ഒഴികെ) എന്ന ഭാവത്തച്ചലേക്ക് വരുന്നത്. ഇസ്ലാം ലാ ഇലാഹ
എന്നതിലൂടെ പഴയ വ്യവസ്ഥകളെ നിരാകരിക്കുകയാണ്. പക്ഷേ, നിരാ
കരണത്തിലൂടെ മാത്രം നിലനില്ക്കാനാവില്ല. നിരാകരണത്തിന്റെ
പിന്നാലെ വരൂ പുതിയ ക്രമംവരണം. അനുകൂലമായ ആ ക്രമത്തെയാണ്
ഇല്ലല്ലാഹ് എന്ന കൂട്ടിച്ചേർക്കലിലൂടെ ഇസ്ലാം സ്ഥാപിച്ചെടുക്കുന്നത്. റഷ്യ
ഏക ദൈവമെന്ന ഈ പുതിയ ക്രമത്തെ അംഗീകരിച്ചേക്കുമെന്നും അല്ലാ
ത്തപക്ഷം അത് ആ രാജ്യത്തിന്റെ പതനത്തിലേക്ക് വഴി വയ്ക്കുമെന്നും
ഇഖ്ബാൽ പ്രവചിച്ചു. നിരാകരണത്തിലൂടെ മാത്രം ആർക്കും നില
നില്ക്കാനാവില്ല.

ഇതുപോലെ കാണാം പാശ്ചാത്യമേധാവിത്വ കാലത്ത്
തൊഴിലും മൂലധനവും തമ്മിലടി സദാ നേരത്തും
റഷ്യയുടെ ഹൃദയം വേദന സഹിച്ചപ്പോൾ അവളുടെ
ആഴങ്ങളിൽനിന്ന് വന്നൂ ഇല്ലാ (ലാ) യെന്ന്

പഴയ വ്യവസ്ഥിതിയവൾ തകിടം മറിച്ചു.
മൂർച്ചയുള്ളൊരു കത്തികൊണ്ടവൾ ലോക സിരയെ മുറിച്ചു
കുലങ്കഷമായവളുടെ സ്ഥിതി ഞാൻ നിരീക്ഷിച്ചു
അവർക്കില്ല രാജൻ, ഇല്ല ദൈവം ഇല്ല ചർച്ചും

ഇല്ലാ (ലാ)യെന്ന കൊടുങ്കാറ്റിനോട് ബന്ധിച്ചിരിക്കുന്നു ചിന്ത
പക്ഷേ (ഇല്ലാ*) യെന്ന ലക്ഷ്യത്തിലേക്കെത്തിയിട്ടുമില്ലാ ബന്ധം
നിർവൃതിയുടെ സമ്മർദ്ദത്താലൊരു ദിനം വന്നേക്കുമെന്താ
ചുഴലിക്കൊടുങ്കാറ്റിൽ നിന്നും രക്ഷപ്പെട്ടേക്കുമവൾ സ്വന്തം

നില്പ്പാനാവില്ല ജീവനൊരിക്കലും ഇല്ലായ്മയിൽ
ലോകം ലക്ഷ്യം വയ്ക്കുന്നതെപ്പോഴും ഉണ്ടായ്മയിൽ
രാഷ്ട്രങ്ങൾക്കാവശ്യമാണില്ലായ്മയും ഉണ്ടായ്മയും
ഇല്ലായ്മ മാത്രമായാൽ രാജ്യത്തിന്റെ മരണം നിശ്ചയം[16]

റഷ്യൻ ജനത ദൈവത്തിന്റെ നിർദ്ദേശം തന്നെയാണ് നടപ്പാക്കുന്ന
തെന്ന് പറഞ്ഞ ഇഖ്ബാൽ ദൈവനിരാസത്തിൽനിന്ന് മാറി ദൈവ
വിശ്വാസം സ്വീകരിക്കാൻ റഷ്യൻ ഭരണാധികാരികളോടഭ്യർത്ഥിച്ചു.

പുതിയൊരു വ്യവസ്ഥ സ്ഥാപിച്ച റഷ്യക്കാരേ,
പഴഞ്ചൻ നിയമങ്ങളിൽനിന്നും ഹൃദയത്തെ മാറ്റിക്കളഞ്ഞവരേ
സ്വേഛാധിപത്യത്തിന്റെ അസ്ഥികൾ പൊട്ടിച്ചെറിഞ്ഞവരേ
ലോകത്ത് ഞങ്ങൾ മുസ്ലീങ്ങളും പണ്ട് ചെയ്തതാണ്
ഈ മക്ഷികയിൽനിന്ന് നിങ്ങളുപദേശം തേടുവിൻ
അത് നിങ്ങളുടെ ഹൃദയ വിളക്കിനെ പ്രകാശിപ്പിക്കും[17]

ഇസ്ലാം സാമ്രാജ്യത്വത്തിന്റെ ഏറ്റവും വലിയ ശത്രുവാണെന്നും
ഇസ്ലാമിനെ നിർമ്മാർജ്ജനം ചെയ്യുക സാമ്രാജ്യത്വത്തിന്റെ ലക്ഷ്യമാ
ണെന്നും ഇഖ്ബാൽ എഴുതുന്നു: പടിഞ്ഞാറൻ വ്യവസായത്തിന്റെ
ലെയ്സ്സേ ഫെയർ സിദ്ധാന്തം മാനവ സമൂഹത്തെ പരസ്പരം പോരടി
ക്കുന്ന ദേശീയ ഗ്രൂപ്പുകളാക്കിയിരിക്കുന്നു. ഓരോ ദേശ രാഷ്ട്രത്തിന
കത്തും ഉള്ളവനും ഇല്ലാത്തവനും തമ്മിലുള്ള വർഗ സംഘട്ടനങ്ങൾ
വേറെയും. വ്യാവസായിക തൊഴിലാളികൾ വികസിച്ചുവരാത്ത രാജ്യ
ങ്ങളിൽ ഭൂവുടമകളും തൊഴിലാളികളും തമ്മിലാണ് ശത്രുത. ഭൂവുടമ
യേക്കാളും ഹൃദയശൂന്യരാണ് പണയക്കാർ. അവർ ബ്രിട്ടീഷ് നീതിന്യായ
വ്യവസ്ഥയുടെ സഹായത്തോടെ എല്ലാ പാരമ്പര്യവും അവഗണിച്ചു
കൊണ്ട് ദ്രോഹിക്കുകയാണ്. കൃഷിഭൂമി പണയക്കാർ തട്ടിയെടുക്കുക
യാണ്. അവരാകട്ടെ കൃഷി വികസിപ്പിക്കുന്നതിന് ഒരു കാര്യവും ചെയ്യു

---

* ഒഴികെ എന്നർത്ഥം വരുന്ന അറബി പദം

ന്നുമില്ല. ഈ നയത്തിനെതിരെ ഏത് വിപ്ലവത്തേയും താൻ സ്വാഗതം ചെയ്യുന്നുവെന്ന് ഇഖ്ബാൽ പറഞ്ഞു.[18]

'കാൾ മാർക്സ് കീ ആവാസ്' എന്ന കവിതയിൽ മുതലാളിത്ത ത്തിന് വേണ്ടി ദാസ്യപ്പണി ചെയ്യുന്ന പാശ്ചാത്യൻ സാമ്പത്തിക ശാസ്ത്ര ജ്ഞന്മാരെ അദ്ദേഹം വിമർശിക്കുന്നു. ഇസ്ലാം മതവും സോഷ്യലിസ മാണ് മുന്നോട്ട് വയ്ക്കുന്നതെന്ന് അദ്ദേഹം സോദാഹരണം സമർത്ഥി ച്ചു. ദൈവത്തിന്റെ കാര്യത്തിലാണ് കമ്യൂണിസവും ഇസ്ലാമും വ്യത്യാ സപ്പെടുന്നതെന്നും തത്ത്വങ്ങളിൽ രണ്ടും ഒന്ന് തന്നെയാണെന്നും അദ്ദേഹം എഴുതി: റഷ്യയുടെ ദൈവ നിരാസം കാത്തോലിക് ചർച്ചിന്റെ അഴിമതിക്കും അവഗണനയ്ക്കും എതിരേയുള്ള പ്രതികരണമാണ്. എന്നാൽ റഷ്യക്ക് ഏറെക്കാലം ദൈവത്തെക്കൂടാതെ നിലനിൽക്കാനാ വില്ലെന്നും അദ്ദേഹം കൂട്ടിച്ചേർക്കുന്നു.[19] ബോൾഷെവിസവും ദൈവവും കൂടിയായാൽ അത് ഇസ്ലാമായി എന്നാണ് ഇഖ്ബാലിന്റെ കണ്ടെത്തൽ.[20] 'ബോൾഷെവിക് റഷ്യ' എന്ന കവിതയിൽ നിന്ന്:

"കുരിശിനെ തകർക്കാനാണ് അവർ (ബോൾഷെവിക്കുകൾ)നിയോ ഗിതരായത്
കുരിശിനെ സുരക്ഷയും മോക്ഷവുമായി മുമ്പ് ജല്പിച്ചിരു ന്നതുംഇവർതന്നെ.
റഷ്യയുടെ നിരീശ്വരതയ്ക്കുമേൽ വന്ന ദിവ്യ വെളിപാടിതാണ്:
'തകർക്കുക, ചർച്ചിന്റെ കൂട്ടാളികളായ കള്ള ദൈവങ്ങളെ'[21]

'നാവായേ മസ്ദൂർ' (തൊഴിലാളിയുടെ ശബ്ദം) എന്ന കവിതയിൽ നിന്ന്:

"പരിക്കൻ വസ്ത്രമണിഞ്ഞ തൊഴിലാളിയുടെ തൊഴിലാണ്
മടിയൻ മുതലാളിയെ മുന്തിയ പട്ടുവസ്ത്രമണിയിക്കുന്നത്
മുതലാളിയണിഞ്ഞ മോതിരത്തിൽ തിളങ്ങുന്ന രത്നം
തന്റെ പുരികത്തിലെ വിയർപ്പുകണങ്ങളാണ്
എന്റെ കുഞ്ഞിന്റെ കരച്ചിലാണ് സ്വർണ്ണവും വെള്ളിയും കൊണ്ടുള്ള
സുന്ദരമാം ചമയങ്ങളായിത്തീരുന്നത്"[22]

വിപ്ലവത്തിനുവേണ്ടി രംഗത്തിറങ്ങാൻ ഇഖ്ബാൽ ആഹ്വാനം ചെയ്യു കയാണ്:

തൊഴിലാളിയുടെ ഹൃദയത്തിലെ രക്തം കൊണ്ടാണ് മുതലാളി തന്റെ രത്നം പണിയുന്നത്. ഗ്രാമത്തിലെ മുതലാളിയുടെ മർദ്ദന മെന്തെന്നറിയാതെ പാവം കർഷകനുറങ്ങുകയാണല്ലോ
വിപ്ലവം! വിപ്ലവം! ഓ വിപ്ലവം!

നഗരത്തിലെ ശൈഖ് നൂറുകണക്കിന് വിശ്വാസികളെ ജപമാലയിൽ
കുരുക്കിയിട്ടിരിക്കുന്നു
വിഡ്ഢികളാം അവിശ്വാസികൾ ബ്രാഹ്മണന്റെ പൂണൂലിനിരയാ
യിരിക്കുന്നു

വിപ്ലവം! വിപ്ലവം! ഓ, വിപ്ലവം!

രാജാക്കളും പ്രഭുക്കളും ചെസ് ബോർഡിൽ ചൂതുകളിക്കുന്നു. മദ്യം
കുടിക്കുന്നു. ഭരണീയന്റെ ദേഹത്തിൽ നിന്നവർ ജീവനൂറ്റിയിരിക്കു
ന്നു. എന്നിട്ടും ജനം ഉറങ്ങുകയാണല്ലോ.
വിപ്ലവം! വിപ്ലവം! ഓ, വിപ്ലവം![23]

അടിക്കുറിപ്പുകൾ

അദ്ധ്യായം : ഒന്ന്

അദ്ധ്യായം : രണ്ട് (ഇഖ്ബാലും ഭാരതീയ തത്ത്വചിന്തയും)

1. Anne Marie Schimmel, Gabriel's Wings; A Study in to The Religious ideas of Iqbal, Leiden, 1963, p. 335-36.

2. മൗത് തജ്ദീദേ മദാഖേ
    സിന്ദഗീ കാ നാം ഹെ
    ഖാബ് കേ പർദേ മെം
    ബെദാരീ കാ ഏക് പൈഗാം ഹെ

3. മൗത് കെ സംജേഹെ ഗാഫിൽ
    ഇഖ്തിതാമേ സിന്ദഗീ
    ഹെയെ ശാമേ സിന്ദഗീ

4. ഹൊ അഗർ ഖുദ് നിഗാറോ
    ഖുദ്ഗറോ ഖുദ്ഗീർ ഖുദീ
    യെ ബി മുംകിൻ ഹെ കി തൂ
    മൗത് സെ ഭീ മർ ന സകേ?

5. കേശോം സെ ഹൊ അൻദേശാ
    നഃ ഗൈറോം സെ ഖതർ ഹൊ
    അഹ്ബാബ് സെ ഖട്കാ ഹൊ
    നഃ അഅ്ദാ സെ ഹദർ ഹൊ
    റോശൻ മേരേ സീനേ മെ

മഹബ്ബത് കാ ശറർ ഹൈ
ദിൽ ഖൗഫ് സെ ആസാദ് ഹൈ
ബൈ ബാക് നസർ ഹൈ
പെഹലോ മെം മേരേദിൽ ഹൈ
മയ് അശാമേ മഹബ്ബത്
ഹർ ശയ് ഹൈ മേരേ വസ്തേ
പൈഗാമേ മഹബ്ബത്.

6. ദിഗർ അസ് കശങ്കരോ മൻസൂർ കം ഗയേ
    ഖുദാ റാ ഹം ബറാഹേകീശ്താൻ ജോയേ

7. ജഹാൻ ഗൈർ അസ് തജല്ലീ ഹൈ മാ നീസ്ത്
    കെഹ് ബെമാ ജൽവായെ നൂറോ സദാനീസ്ത

8. ശബ് സെ ഖാബൽ റോസ് അസ് ബെദാരിയൽ

9. മയേദറീനാ ഒ മഅ്ശൂഖെ
    ജവാൻ ചീസെ അസ്ത്
    പേശെ സാഹിബ് നസ്റാൻ
    ഹൂറെ ജിനാൻ ചീസെ നീസ്ത്
    ഹർചെ അസ് മുഹ്കമൊ പായേന്ദ
    ശനാസീ ഗുസർദ്
    കൊഹോ സെഹ്റാ ഓബരോ ബഹറോ
    കിരാൻ ചീസെ നീസ്ത്
    ദാനിശേ മഗ്രീ ബിയാൻ
    ഫൽസഫായെ മശ്രീഖിയാൻ
    ഹമ ബുത്ഖാനാ ഒദർ
    തൗഫെ ബുതാൻ ചീസെ നീസ്ത്!
    അസ്ഖുദ് അൻദേശോ അസീൻ
    ബാദിയാ തർസാൻ മഗുസർ?
    കെഹ്തൂ ഹസ്തീ ഒ വുജുദേ
    ദോ ജഹാൻ ചീസെ നീസ്ത്
    ദുർ തരീഖേ കെഹ് ബനോകേ
    മിസ്ഹകവീദും മൻ
    മൻസിലാ ഖാഫിലാ ഓ
    രെഗേ രവാൻ ചീസെ നേസ്ത്

10. ബുഗ്സർ അസ് ഗൈബ് കെ യേൻ
    വെഹ്മൊ ഗുവാൻ ചീസെ നീസ്ത്
    ദർജഹാൻ ബൂദാനെ റുസ്തൻ
    സെ ജഹാൻ ചീസെ ഹസ്ത്

ആൻ ബഹിശ്തേ കെഹ് ഖുദായേ
ബത്തൂ ബഖ്ശദ് ഹമ ഹൈച്
താജസായെ അമലെ തുസ്ത്
ജിനാൻ ചീസെ ഹസ്ത്
റാഹതേ ജാൻ തലബീ റാഹതേ ജാൻ
ചീസെ നീസ്ത്
ദർഹമെ ഹം നഫസാൻ
അശ്കെ റവാൻ ചീസെ ഹസ്ത്!
ചശ്മെ മഖ്മുറോ നീഗാഹെ
ഗലത് അൻദാ സൊ സറദ്
ഹമാഖൂ ബസ്ത് വലെ ഖുശ്തർ
അസാൻ ചീസെ ഹസ്ത്
ഹുസ്നെ റുഖ്സാർ ദമെ ഹസ്തൊ
ദമേ ദിഗർ നീസ്ത്
ഹുസ്നേ ഖിർദാഗോ ഖയാലാത്
ഖുശാൽ ചീസെ ഹസ്ത്

11.   ഫൂർസതേ കശ്മ കശ്മദൈഹ്
       അയ്ൻ ദിലേ ബെഖ്റാൻ റാ
       യക് ദോ ശികൻ സിയാദാ കുൻ
       ഗേസുയെ താബ്ദാർ റാ
       അസ്തു ദരോനേ സീന അം
       ബർഖെ തജല്ലിയെ കെ മൻ
       ബാ മഹോ മെഹർ ദാദാ ഉം
       തൽഖിയേ ഇൻതിസാർ റാ
       സൗഖെ ഹുദൂർ ദർജഹാൻ
       റസ്മെ സ്വനം ഗരീ നിഹാദ്
       ഇശ്ഖ് ഫറെബ് മീ ദെഹദ്
       ജാനെ ഉമീദ് വാർ റാ!
       താബ ഫറാഗെ ഖാതിറേ
       നഗ്മയെ താസ എ സനം
       ബാസ്ബാ മർഗ്സാർ ദെഹ്
       താഇർ മർഗ് സാർ റാ!
       ത്വാബ് ഗെ ബലന്ദ് ദാദ യെ
       ബന്ദ് സെ പായെ മൻ കുശാ
       താബ പലാസെ തു ദെഹം
       ഖൽ അതേ ശഹര്യാർ റാ
       തെശ അഗർബ സണ്സദ്
       ഏയ്ൻ ച മഖാമേ ഗുഫ്തൂ ഗൂസ്ത്
       ഇശ്ഖ് ബദോൽ മീ കശദ്
       ഏയ്ൻ ഹമ കോഹ്സാർ റാ

12. S M H Burney, *Iqbal, poet patriot of India, Delhi*, 1987, p. 69.

13. ഓ അഫ്താബ്, റൂഹോ റുവാനേ
ജഹാൻ ഹയ് തൂ
ശീറാസ് ബന്ദേ ദഫ്തരേ
കൗതോ മകാൻ ഹയ്തൂ
ബാഇത് ഹെതൂ വുജൂതോ
അദം കീ നമൂദ് കാ
ഹയ് സബ്സെ തെരേ ദംസെ
ചമൻ ഹസ്തോ ബുദ്കാ
ഖായിം യെ ഉൻസുറോ കാ
തമാശാ തുജീസെ ഹായ്
ഹർ കായ് മെം സിന്ദഗീ കാ
തഖാദാ തുജീസേ ഹെ
ഹർ ശായ് കൊ തെരീ ജൽ വ ഗരീ
സെ തബാഹ് ഹെ
തെരായെ സോസ് ഓ സോസ്
സറാപാ ഹയാത് ഹെ
വൊ അഫ്താബ് ജിസ് സെ
സമാനേമെ നൂർഹെ
ദിൽ ഹയ് ഖിരദ് ഹയ്
റൂഹെ റവാൻ ഹെ ശളഊർ ഹെ
ആയ് അഫ്താബ് ഹംകോ
ളിയാഇ ശളഊർ ദേ
ചശ്മെ ഖിർദ് കൊ അപ്നീ
തജല്ലീ സെ നൂർദേ
ഹയ് മെഹ്ഫിലേ വുജൂദ് കാ
സാമാൻ തെരസ്തൂ
യസ്ദാനേ സാ കിനാനേ
നശ്ഗെ ബോ ഫറാസ് തൂ
തെരാ കമാൽ ഹസ്തിയേ
ഹർദാൻ ദർമെ
തെരീ നമൂദ് സിൽസിലായെ
കൊഹ്സാർ മെം
ഹർ ചീസ് കീ ഹയാത് കാ
പർവാർ ദിഗാർ തൂ
സായീദ് ഗാനേ നൂർകാ
ഹയ് താജ്ദാർ തൂ
നയ് ഇബ്തിദാ കോഈ
ഇൻതിഹാ തെരീ
ആസാദേ ഖായിദേ അവ്വലോ
ആഖിർ ളിയാ തെരീ

14.   Some Socio Political Motivations of Iqbal's Tradition and its Contemporary Literary Relevance, *Multi disciplinary Approachto Iqbal*, New Delhi 1977, p-45.

15.   ഗുഫ്ത് മാർഗേ അഖ്ൽ?
      ഗുഫ്തം തർകേ ഫിക്ർ
      ഗുഫ്ത് മാർഗേ ഖൽബ്?
      ഗുഫ്തം തർകേ ഫിക്ർ
      ഗുഫ്തൻ? ഇഫ്തം കെ സാദ്
      അസ്ഗർ ദെ റാഹ്
      ഗുഫ്ത് ജാൻ?   ഗുഫ്തം കെ
      റാസെ ലാ ഇലാഹ്
      ഗുഫ്ത് ആദം?   ഗുഫ്ത് അസ്
      അസ്റാരെ ദോസ്ത്
      ഗുഫ്ത് ആലം?   ഗുഫ്തം ഓ
      ഖുദ് റോ ബറോസ്ത്
      ഗുഫ്ത് അയ്ൻ ഇൽമോ ഹുനാർ?
      ഗുഫ്തം കെ പോസ്ത്
      ഗുഫ്ത് ഹുജ്ജത് ചീസ്ത്?
      ഗുഫ്തം റോയെ ദോസ്ത്
      ഗുഫ്ത് ദീനെ ആമിയാൻ
      ഗുഫ്തം ശുനീദ്
      ഗുഫ്ത് ദീനെ ആരിഫാൻ
      ഗുഫ്തം കെ ദീദ്
      അസ്കലാമം ലദ്ദതെ
      ജാനൾ ഫസൂദ്
      നുക്തഹൈ ദിൽനഗീൻ
      ബർ മൻകശൂദ്

16.   ഹൂറിയാൻ ദർ ഖുസൂറോ ദർ ഖിയാം
      നാലായെ മൻ ദഅ്വതേ സോസേ തമാം
      ആൻ യകെ അസ് ഖേമാ സർ ബേറോൻ കശീദ്
      വൻ ദിഗർ അസ് ഗുർഫ രുഖ് ബെൻമൂദോ ദീദ്
      സർ ദിലേ റാ ദർ ബഹിഷ്തേ ജാവിദാൻ
      ദാദം അസ് ദർദോഗമേ ആൻ ഖാക്ദാൻ
      സെറെ ലബ് ഖൻദീദ് പീറേ പാക്സാദ്
      ഗുഫ്ത് ആയേ ജാദൂഗറേ ഹിന്ദി നെസാദ്
      ആൻ നവാ പർദാസേ ഹിന്ദീ റാ നിഗർ
      ശബ്നം അസ് ഫൈസേ നിഗാഹേ ഊ ഗുഹർ
      നുഖ്താ ആരായെ കേ നാമൾ ഭർതരീസ്ത്
      ഫിത്റതേവോ ചൂൻ സഹാബേ ആസരീസ്ത്

അസ് ചമൻ ജുസ് ഗുൻചയേ നാവു റസ് നചീദ്
നഗ്മയേ തൂ സൂയെ മാ ഊരാ കശീദ്
പാദ്ശായേ ബാ നവായേ അർജുമൻദ്
ഹം ബ ഫഖ്ർ അൻദർ മഖാമേ ഓ ബലൻദ്
നഖ്ശെ ഖുദ് മി ബൻദദ് അസ് ഫിക്റെ ശിഗർഫ്
യക് ജഹാൻ മനീ നിഹാൻ അൻദർ ദോ ഹർഫ്
കാർഗാഹേ സിന്ദഗീ റാ മെഹ്റം അസ്ത്
ഊ ജം ആസിയോ ശെഅ്റെ വോ ജാമേ ജം അസ്ത്

17. ഹിന്ദിയാൻ റാ ദിദാ
അംദർ പെച്ചോ താബ്
സിർറെ ഹഖ് വഖ്ത് അസ്ത്
ഗൊയീബെ ഹിജാബ്

18. എയ്ൻ ഖുദായാനേ തുനക് മായാ!
സെ സൻക് ഉൻദോ സെ കിശ്ത്,
ബർതരേ ഹസ്ത് കേ ദൂറസ്ത്
സെ ദയ്റോസെ കുനിശ്ത്
സജദാ ബെ ദൗഖെ അമൽ
ഖുൾ കൊ ബജായേ ന റസദ്
സിന്ദഗാനീ ഹമാ കിർദാർ!
ചെ സെബാ ഒ ചെ സിശ്ത്!
ഫാശ് ഗോയം ബതൂ ഹർഫേ,
കെ നദാനദ് ഹമാകസ്
അയ് കുൾ ആൻ ബന്ദാ കെ ബർ
ലൗഹേ ദിലോറു ബിനവശ്ത്
എയ്ൻ ജഹാനേ കെ തു ബീനി
അഥാരേ യാസ്ദാൻ നീസ്ത്
ചർഖാ അസ് തുസ്തോം ഹം
ആൻ റിശ്താകെ ബർദോകെ തുറിശ്ത്!
പേശെ ആയ്നേ മുകാഫാതെ
അമൽ സജദാ ഗുസാർ
സാൻകെ ഖെസാദ് സെ അമൽ
ദോസാഖോ അഹ്റാഫോ ബഹിശ്ത്

19. ഫുൾ കി പത്തീ സെ കാറ് സക്താഹെ ഹീരേ കാ ജിഗർ
മർദേ നദാൻ പർക്ലാമേ നർമോ നാസുക് ബേ അഥർ

അദ്ധ്യായം : മൂന്ന് (സാരേ ജഹാൻ സെ അഛ്റാ)

1. Jouhar (Journal of Students of Jamia Millia), Iqbal Number, 1938.
2. D G Tendulkar, Mahatma, vol. VIII, New Delhi, p. 109.
3. *Ibid.* P 296

4   Atiq Siddiqui, Jadgar-i-Hindi Naz-had, Quoted. in SMH Burney,
       Iqbal-poet patriot of India, OP Cit,p[9]

5.   ചിശ്തീ നെ ജിസ് സമീൻ മെം പൈഗാമെ ഹഖ് സുനായാ
       നാനാക് നെ ജിസ് ചമൻ മെം വഹ്ദത് കാ ഗീത് ഗായാ
       താർതാരിയോൻ നെ ജിസ് കോ അപ്നാ വതൻ ബനായാ
       ജിസ്നേ ഹിജാസിയോൻ സെ ദുഷ്തേ അറബ് ചുരായാ

       മേരാ വതൻ വഹീ ഹെ; മേരാ വതൻ വഹീ ഹെ
       മേരാ വതൻ വഹീ ഹെ; മേരാ വതൻ വഹീ ഹെ

       യൂനാനിയോൻ കോ ജിസ്നേ ഹൈറാൻ കർ ദിയാ ഥാ
       സാരേ ജഹാം കോ ജിസ് നേ ഇൽമോ, ഹുനാർ ദിയാ ഥാ
       മിറ്റീ കോ ജിസ്കീ ഹഖ് നേ സർ കാ അസർ ദിയാ ഥാ
       തുർകോം കാ ജിസ്നെ ദാമൻ ഹീറോം സെ ഭർ ദിയാ ഥാ

       മേരാ വതൻ വഹീ ഹെ; മേരാ വതൻ വഹീ ഹെ
       മേരാ വതൻ വഹീ ഹെ; മേരാ വതൻ വഹീ ഹെ

       തൂതെ ഥെ ജോ സിതാരേ ഫാരിസ് കെ ആസ്മാൻ സേ
       ഫിർ താബ് ദേ കെ ജിസ് നേ ചംകായേ കെഹ്കശാൻ സേ
       വഹ്ദത് കി ലായ് സുനീ ഥീ ദുൻയാം നെ ജിസ് മകാൻ സേ
       മീറേ അറബ് കോ ആയി ഠണ്ഡീ ഹവാ ജഹാൻ സേ

       മേരാ വതൻ വഹീ ഹെ; മേരാ വതൻ വഹീ ഹെ
       മേരാ വതൻ വഹീ ഹെ; മേരാ വതൻ വഹീ ഹെ

       ബൻദേ കലീം ജിസ്കേ പർബത് ജഹാൻ കെ സീനാ
       നൂഹേ നബീ ക ആകാർ തേരാ ജഹാൻ സഫീനാ
       റിഫ്അത് ഹെ ജിസ് സമീൻ കി ബാമേ ഫലക് കാ സീനാ
       ജന്നത് കി സിന്ദഗീ ഹെ ജിസ് കീ ഫസാ മെം ജീനാ

       മേരാ വതൻ വഹീ ഹെ; മേരാ വതൻ വഹീ ഹെ
       മേരാ വതൻ വഹീ ഹെ; മേരാ വതൻ വഹീ ഹെ

       സച് കെ ദുണ്ട് അയേ ബ്രാഹ്മൺ! ഗർ തു ബുരാ ന മാനേ
       തേരേ സനം കദോം കെ ബുത് ഹോ ഗയേ പുരാനാ
       അപ്നേം സെ ബൈര് രഖ്നാ തു നേ ബുതോം സെ സീഖാ
       ജൻഗോ ജദൽ സിഖായാ വാഇസ് കൊ ഭീ ഖുദാനെ

തങ്ങ് ആകെ മെം ആഖിർ ദൈരോം ഹറം കൊ ചോഡാ
വാഇസ് കാ വഅസ് ചോഡാ; ചോഡേ തെരേ ഫസാനേ
പഥർ കി മൂർതോം മെം സംത്ധാ ഹൈ തൂ ഖുദാ ഹൈ
ഖാകെ വതൻ കാ മുത്ധ്കോ ഹർ സറാ ദേവതാ ഹൈ

ആഹ്! ഗൈരിയത് കെ പർദേ! യക് ബാർ ഫിർ ഉഠാ ദേം
ബിചാരോം കൊ ഫിർ മീലാ ദേം നഖ്ശേ ഹുയീ മിഠാ ദേം
സൂനീ പദീ ഹുയീ ഹൈ മുദ്ദത് കെ ദിൽ കി ബസ്തീ
ആ യക് നയാ ശിവാലാ ഇസ് ദേശ് മെം ബനാ ദേം

ദുനിയാ കെ തീർത്ഥോം സെ ഊഞ്ചാ ഹൈ അപ്ന തീർത്ഥാ
ദാമാനേ ആസ്മാൻ സേ ഇസ്കാ കലസ് മിലാ ദേം
ഹർ സുബഹ് ഉഠ് കെ ഗായേം മന്തിർ വൊ മീരേം മീരേം
സാരേ പുജാരിയോം കൊ മെം പീത് കീ പിലാ ദേം
ശക്തി ഭി ശാന്തീ ഭി ഭക്തോം കേ ഗീത് മെം ഹൈ
ധർഥീ കി ബാസിയോം കി മുക്തി പ്രീത് മെം ഹൈ

ജൽ രഹാം ഹും കൽ നഹീം പട്തീ കിസീ പെഹ്ലു മുത്ധേ
ഹാങ്! ദുബേ ദെ ആയ് മുഹീഡേ ആബെ ഗംഗാ തൂ മുത്ധേ
സർ സമീൻ അപ്നീ ഖയാമത് കി നിഫാസ് അംഗേസ് ഹൈ
വസ്ൽ കൈസാ! യാം തോ ഇക് ഖുർബേ ഫിറാഖ് ആമേസ് ഹൈ

ബദലേ യക് രങ്കീ കെ യെ നഃ ആശ്നാഈൗ ഹൈ ഗദബ്
ഏക് ഹീ ഖിർമാൻ കേ ധാനോം മെം ജുദാഈൗ ഹൈ ഗദബ്
ജിസ് കെ ഫൂലോം മെം ഉഖുവ് വത് കി ഹവാ ആയീ നഹീം
ഉസ് ചമൻ മെം കോഈൗ ലുത്ഫേ നഗ്മാ പൈദായെ നഹിം

ലദ്ദതേ ഖുർബേ ഹഖീഖീ പർ മിഠാ ജാതാഹും മെം
ഇഖ്തിലാതേ മൗജാ ഒ സാഹിൽ സേ ഗബരാതാ ഹും മെം
ധാനായെ ഖിർമാൻ നുമാഹൈ ശാഇറേ മുഅ്ജിസ് ബയാൻ
ഹോ ന ഖിർമാൻ ഹീ തോ ഇസ് ധാനേ കി ഹസ്തീ ഫിർ കഹാം

ഹുസ്ൻ ഹോ ക്യാ ഖുദ് നുമാ ജബ് കോഈൗ മായിൽ ഹീ നഃ
    ഹോ
ശമാ കോ ജൽനേ സെ ക്യാ മത്ലബ് ജോ മഹ്ഫിൽ നഃ ഹോ
ദൗഖേ ഗൊയായാഈൗ ഖമോശീ സെ ബദൽതാ ക്യോം നഹീം
മേരേ ആയിനേ സെ യെ ജൗഹർ നികൽതാ ക്യോം നഹീം

കബ് സബാൻ ഖോലീ ഹമാരീ ലദ്ദതേ ഗുഫ്തർ നേ?
ഫുക്ക് ദാലാ ജബ് ചമൻ കൊ ആതിശേ പൈകാർ നേ!

⁸നഹിം മിന്നത് കശേ താബേ ശുനീദാൻ ദാസ്താൻ മേരീ
ഖമോശീ ഗുഫ്തുഗൂ ഹൈ ബേ സബാനീ ഹൈ സബാൻ മേരീ!
യെ ദസ്തുറേ സബാൻ ബന്ദീ ഹൈ കൈസാ തേരീ മഹ്ഫിൽ മെം
യഹാം തോ ബാത് കർനേ കോ തറസ്തീ ഹൈ ഹബാൻ മേരീ

ഉംയേ കുഛ് വറഖ് താലേ നെ കുഛ് നർഗീസ് നെ കുഛ് ഗുൽനെ
ചമൻ മെം ഹർ തരഫ് ബിഖരീ യുയീ ഹൈ ദാസ്താൻ മേരീ
ഉംാ ലീ ഖമരിയോം നെ തൂതിയോൻ നെ അൻലിബോം നെ
ചമൻ വാലോം നെ മിൽകർ ലൂത് ലീ തർസേ ഫുഗാൻ മേരീ

തപക് ആയ് ശമാ.. ആങ്കൂ ബാങ്കേ പർവാനേ കി ആങ്കോൻസെ
സറാപാ ദർദ് ഹും ഹസ്റത് ഭരീ ഹൈ ദാസ്താൻ മേരീ
ഇലാഹീ, ഫിർ മസാ ക്യാ ഹൈ യഹാം ദുനിയാം മെം രഹേന കാ
ഹയാതേ ജാവേദാൻ മേരീ നഃ മാർഗേ നാഗാൻ മേരീ

9.   റുലാതാഹേ തെരാ നസ്സാറാ, ആയ് ഹിന്ദുസ്ഥാൻ! മുത്ഡ്കോ
കീ ഇബ്റത് ഖേസ് ഹൈ തേരാ ഫസാനാ സബ് ഫസാനേം മെം
ദിയാ റോനാ മുത്ഡേ അയ്സാ കേ സബ് കുഛ് ദേ ദിയാ ഗോയാ
ലിഖാ കിൽകേ അസൽ നേ മുസ് കോ തേരേ നൗഹാ ഖാനോംമെം

നിശാനേ ബ്റാഗേ ഗുൽ തക് ഭീ ന ചോർ ഇസ് ബാഗ് മെം ഗുൽചിൻ
തേരീ ഖിസ്മത് റസ്മ് ആറാഇയ്യാൻ ഹൈ ബാഗ്ബാനോം മെം
ചുപാ കർ ആസ്തീൻ മെം ബിച്ലിയാൻ രഖീ ഹൈ ഗർദോം മെം
അനാദിൽ ബാഗ് കേ ഗാഫിൽ ന ബൈഠാൻ ആശിയാനോം മെം

സുൻ ആയ് ഗാഫിൽ ! സദാ മേരീ യെ അയ്സീ ചീസ് ഹൈ ജിസ്കോ
വസീഹാ ജാൻ കർ പഠ്തേ ഹൈ തായിർ ബോസ്താനോൻ മെം
വതൻ കീ ഫിക്ർ കർ നാദാൻ ! മുസീബത് ആനേ വാലീ ഹൈ
തേരീ ബർബാദിയോൻ കേ മശ്വരേ ഹൈ ആസ്മാനോം മെം

സറാ ദേഖ് ഉസ്കോ ജോ കുഛ് ഹോ രഹാ ഹൈ, ഹോ വാലാ ഹൈ
ദറാ ക്യാ ഹൈ ഭലാ അഹ്ദേ കൊഹാം കി ദാസ്താനോം മെം
യെഹ് ഖാമോശീ കഹാം തക്? ലദ്ദതായെ ഫർയാദ് പൈദാ കർ
സമീൻ പർ തൂ ഹോ ഔർ തേരീ സദാ ഹോ ആസ്മാനോം മെം

ന സംത്ധോഗേ തോ മിറ് ജാഓഗേ ആയ് ഹിന്ദുസ്ഥാൻ വാലോ
തുമാരീ ദാസ്താൻ തക് ഭീ ന ഹോഗീ ദാസ്താനോം മെം
യഹീ ആയീനേ ഖുദ്റത് ഹൈ യഹീ ഉസ്ലൂബേ ഫിത്റത് ഹൈ
ജോ ഹൈ റാഹേ അമൽ മെം ഗാംസാൻ മെഹ്ബൂബേ ഫിത്റത്ഹൈ

10. തുമാരീ തഹ്ദീബ് അപ്നേ ഖഞ്ചര്‍ സേ ആപ് ഹീ ഖുദ് ഖുശീ
കരേഗീ
ജോ ശാഖേ നാസൂഖ് പെ ആശിയാനാ ബനേഗാ നപായേദാര്‍
ഹോഗാ

11. ചീനോ അറബ് ഹമാരാ ഹിന്ദുസ്ഥാന്‍ ഹമാരാ
മുസ്ലിം ഹൈഹം വതന്‍ ഹൈ സാരാജഹാന്‍ ഹമാരാ

12. ആയ് ഖൂശ് ആന്‍ ഖൗമേ കെ ജാനേവൂ തപീദ്
അസ് ഗിലേ ഖുദ് ഷീശ് റാ ബാസ് അഫ്രീദ്
അര്‍ശിയാം റാ സുബ്ഹേ ഈദ് ആന്‍ സാഅതേ
ചുന്‍ ശവദ് ബെദാര്‍ ചശ്മെ മില്ലതേ

13. ബാ ചുനീന്‍ ഖുബീ നസീബള്‍ തൗഖോ ബന്ദ്
ബാര്‍ ലബേവൂ നാലാ ഹായേ ദര്‍ദ്മന്ദ്

14. പ്ലാസി യുദ്ധത്തില്‍ സിറാജുദ്ദൗലയെ വഞ്ചിച്ച ജാഫര്‍

15. സാദിഖ്, ടിപ്പുസുല്‍ത്താനെ ബ്രിട്ടീഷുകാര്‍ക്ക് ഒറ്റിക്കൊടുത്തവന്‍

16. ശംഅ ജാന്‍ അഫ്സുര്‍ദാ ദര്‍ ഫാനൂസേ ഹിന്ദ്
ഹിന്ദിയാം ബെഗാനാ അസ് നാമൂസേ ഹിന്ദ്
മര്‍ദ് കേ നാമെഹ്റം അസ് അസ്റാറേ ഖീശ്
സഖ്മയേ ഖുദ് കം ഗനദ് താരേ ഖീശ്

ബര്‍ സമാനേ റഫ്താ മീ ബന്ദദ് നസര്‍
അസ്താശേ മീ സോസാദ് ജിഗര്‍
ബന്ദാ ബര്‍ ദസ്തോ പായേ മന്‍ അസൂസ്ത്
നാലാ ഹായേ ന റസായേ മന്‍ അസൂസ്ത്

കേശ്താന്‍ റാ അസ് ഖുദീ പര്‍ദഖ്താ
അസ് റുസൂമേ കോഹാ സിന്ദാന്‍ സാഖ്താ
ആദമിയ്യത് അസ് വജുദള്‍ ദര്‍ദ്മന്ദ്
അസ്റെ നാവു അസ് പാകോ നാ പാക്സാ നസ്ഹന്ദ്
കയ് ശാബേ ഹിന്ദുസ്ഥാന്‍ ആയദ് ബെറൂസ്
മര്‍ദെ ജഅ്ഫര്‍ റൂഹെയോ സിന്ദാ ഹനൂസ്
താസെ ഖൈദെ യക് ബദന്‍ വ മീ റവദ്
ആശ്യാന്‍ അന്ദര്‍ തനെ ദീഗര്‍ നെഹദ്

ഗാഹ് ഊരാ ബാ കലീസാ സാസ് ബാസ്
ഗാഹ് പേശേ ദൈരിയാന്‍ അന്ദര്‍ നിയാസ്

ദീനെ ഓ ആയിനേ ഓ സൗദാ ഗരീസ്ത്
അന്ദരീ അന്ദർ ലിബാസേ ഹൈദരീസ്ത്

ജാഫർ അന്ദർ ഹർ ബദൻ മില്ലത് കുശസ്ത്
ഏൻ മുസൽമാനേ കൊഹൻ മില്ലത് കുശസ്ത്
ഖന്ദ് ഖന്ദാൻ അസ്ത് ബാകാസ് യാർ നീസ്ത്
ആർ അഗർ ഖന്ദാൻ ശവദ് ജുസ് മാർ നീസ്ത്

അസ് നിഫാഖൾ വഹ്ദത് യെ ഖൗമേ ദൊ നീം
മില്ലതേ ഊ അസ് വുജൂദെ ഊ ലഇൗം
മില്ലതേ റാ ഹർ കുജാ ഗാറത് ഗരീസ്ത്
അസ്ലെ ഊ സാദിഘേ യാ ജഅ്ഫരെയ്സ്ത്

അൽ അമാൻ അസ് റൂഹെ ജഅ്ഫർ അൽ അമാൻ
അൽ അമാൻ അസ് ജാഫറാനെ അയ്ൻ സമാൻ

17.   ജാഫറസ് ബംഗാളോ സാദിഖസ് ദക്കാൻ
നൻഞെ ആദം നൻഞെ ദീൻ നൻഞെ വതൻ
നാ ഖുബൂലോ നാ ഉമീദോ നാ മുറാദ്
നാ ഖുബൂലോ നാ ഉമീദോ നാ മുറാദ്

മില്ലതേ അസ് കാരെശാൻ അന്തർ ഫസാദ്
മില്ലതേ കൂ ബന്ദെഹർ മില്ലത് കുശാദ്
മുൽകൊ ദീനൾ അസ് മഖാമേ ഖുദ് ഫിതാദ്
മീ നദാനീ ഖിത്തയെ ഹിന്ദുസ്ഥാൻ
ആൻ അസീസീ ഖാതിറേ സാഹിബ് ദിലാൻ
ഖിത്തയെ ഹർ ജൽവ അൾ ഗീതീ ഫറോസ്

18.   ആയ് തുറാ സാസേ കീ സോസേ സിന്ദഗീസ്ത്
ഹെച്ച് മീദാനീ കെ അയ്ൻ പൈഗാമെ കീസ്ത്?
ആൻ കെ മീദാനീ തവാഫേ സിത്വതൾ
ബുദയീ ആയിനാ ദാരേ ദൗലതൾ

ആൻ കെ സഹ്റാ ഹാ തദ്ബിറൾ ബഹിൽത്
ആൻ കെ നഖ്ശെ ഖുദ് ബഖുനേ ഖുദ് നവിൽത്!
ആൻ കെ ഓകെൾ മർജായെ സാദ് ആർസൂസ്ത്
ഇസ്തിറാബേ മൗജേ തു അസ് ഖൂനേ ഊസ്ത്

ആൻ കെ ഗുഫ്തരൾ ഹമാ കിർദാർ ബൂദ്
മൾരിഖ് അന്ദർ ഖാബു ഓ ബേദാർ ബൂദ്

19. സീനയേ ദാരീ അഗര്‍ ദര്‍ ഖുര്‍ദെ തീര്‍
     ദര്‍ ജഹാന്‍ ശാഹിന്‍ ബിസി ശാഹിന്‍ ബെമീര്‍
     സാന്‍കെ ദര്‍ അര്‍ദെ ഹയാത് ആമദ് സബത്
     അസ് ഖുദാ കം ഖാസ്തം തൂലേ ഹയാത്

     സിന്ദഗീ റാ ചിസ്ത് റസ്മോ ദീനോ കേള്‍?
     യക് ദമേ ശെറേ ബെ അസ് സ്വദ് സാലെ മേള്‍
     സിന്ദഗീ മുഹ്കം സെ തസ്ലീമോ റിദാസ്ത്
     മൗത് നെരന്‍ജോ ത്വല്‍സിമോ സീംയാസ്ത്

     ബന്ദെ ഹഖ് ദൈഗാമോ ആഹൂസ്ത് മാര്‍ഗ്
     യക് മഖാം അസ് സ്വദ് മഖാമേ ഊസ്ത് മാര്‍ഗ്
     മെഫിതദ് ബര്‍ മാര്‍ഗ് ആന്‍ മര്‍ദെ തമാം
     മിസ്ലെ ഷാഹിനേ കെ ഉഫ്തദ് ബര്‍ ഹമാം

     ഹര്‍ സമാന്‍ മീരദ് ഗുലാം അസ് ബിമെ മാര്‍ഗ്
     സിന്ദഗീ ഊ റാ ഹറാം അസ് ബീമെ മാര്‍ഗ്

20. ആയ് ഹിമാല, ആയ് അറ്റോക് ആയ് റുദെ ഗംഗ
     സീസ്താന്‍ കാ കായ് ചുനാന്‍ ബെ ആബോ രംഗ്
     പീര്‍ മര്‍ദാന്‍ അസ് ഫിറാസത് ബേ നസീബ്
     നൗ ജവാനാന്‍ അസ് മുഹബ്ബത് ബേ നസീബ്.

     ശര്‍ഖോ ഗര്‍ബാസാദ് മാ നഖ്ചീറെ ഗൈര്‍
     ഖിശ്തെ മാ സര്‍മായയേ തഅ്മീറെ ഗൈര്‍
     സിന്ദഗാനീ ബര്‍ മുറാദെ ദീഗാര്‍ ആന്‍
     ജാവിദാന്‍ മര്‍ഗസ്ത്‌നേ ഖാബേ ഗിറാന്‍

     നേസ്ത് എയ്ന്‍ മര്‍ഗേ കെ ആയദ് സാസ്മാന്‍
     തുഖ്മെ ഓ മീ ബാലദസ് ആമാഖെ ജാന്‍
     സെയ്ദെ ഊനെ മുര്‍ദെ ശൂ ഖുവാഹദ് ന ഗോര്‍
     നേ ഹുജൂമേ ദേസ്താന്‍ അസ് നിസ്ദൊ ദൂര്‍

     ജാമയേ കസ് ദര്‍ ഗമേ വൊ ചാക് നീസ്ത്
     ദൊസഖേ ഊ ആന്‍ സൂയെ അഫ്ലാക് നീസ്ത്
     ദര്‍ ഹുജൂമേ റോസ് ഹശര്‍ ഓറാ മജോ
     ഹസ്ത് ദര്‍ ഇംറോസെ വൊ ഫര്‍ദായെ ഓ

     ഹര്‍കെ എയ്ന്‍ ജാ ദാന കിശ്ത് എയ്ന്‍ ജാ ദറൂദ്
     പേശെ ഹഖ് ആന്‍ ബന്ദ റാ ബുര്‍ദാന്‍ ചെ സൂദ്
     ഉമ്മതേ കസ് ആര്‍സൂ നേശെ നാ ഖുര്‍ദ്
     നഖ്ശെ ഓ റാ ഫിത്‌റത് അസ് ഗെയ്തി സെ തുര്‍ദ്

അയ്തിബാറെ തഖ്തെ വോ താജ് അസ് സെഹറിയേസ്ത്
സഖ്ത് ചൂൻ സങ്ങ് എയ്ൻ സുജാജ് അസ് സമരിയേസ്ത്
ദർ ഗുസശ്ത് അസ് ഹുക്മെ എയ്ൻ സെഹ്റെ മുബീൻ
കാഫിറീ അസ് കുഫ്റൊ ദീൻ ദരീ സെ ദീൻ

ഹിന്ദിയാൻ ബാ യക് ദിഗർ ആവേഖ്തൻദ്
ഫിത്ന ഹയേ കൊഹ്ന ബസ് അൻഗേഖ്തൻദ്
താ ഫിറൻഗീ ഖൗമെ അസ് മഗ്രിബ് സമീൻ
സാലിസ് ആമദ് ദർ നെസായെ കുഫ്റൊ ദീൻ

കസ് നദാനദ് ജൽവയേ ആബ് അസ് സറാബ്
ഇൻഖിലാബ്! ആയ് ഇൻഖിലാബ് ആയ് ഇൻഖിലാബ്

21. മഅ്ലൂം കിസേ ഹിന്ദ് കീ തഖ്ദീർ കെ അബ് തക്
ബെചാരാ കിസീ താജ് കാ താബിന്ദാ നഗീൻ ഹെ
ദെഹ്ഖാൻ ഹെ കിസീ ഖബർ കാ ഉഗ്ലാ ഹുവാ മുർദാ
ബൊസസീദാ കഫൻ ജിസ്കാ അഭീ സെരെ സമീൻ ഹെ

ജൻ ഭീ ഗിറാവേ ഗൈര്‍, ബദൻ ഭീ ഗിറാവേ ഗൈര്‍
അഫ്സോസ് കെ ബാഖീ ന മകാൻ ഹെ ന മകീൻ ഹെ
യൂറോപ് കീ ഗുലാമീ പെ റെസ്മന്ദ് ഹുവാ തൂ
മുജ്കോ തോ ഗിലാ തുജ് സേ ഹെ യൂറോപ് സേ നഹീ ഹെ

22. അഫ്ലാക് കെ ഹർ ഗോഷ്ഷേ സെ ഉഠ്തീ ഹെ ശുആയേം
ബിചരഡേ ഹുയേ കുർശീദ് സെ ഹോതീ ഹെ ഹമാഗോഷ്
യക് ഷോര്‍ ഹെ മഗ്രിബ് മെം ഉജാലാ നഹീം മുംകിൻ
അഫ്റൻഞ്ച് മെഷീനോൻ കെ ധൂയേ ഹെ സിയാ പോഷ്

മശ്രിഖ് നഹീം ഹോ ലദ്ദതേ നസ്സാറാ സേ മഹ്റൂം
ലേകിൻ സ്വിഫാതേ ആലമേ ലാഹുത് ഹെ ഖാമോശ്
ഫിർ ഹം കോ ഉസീ സെനായേ റോഷൻ മെം ചുപാലേ
ആയ് മെഹറേ ജഹാൻ താബ്, ന കർ ഹംകോ ഫറാമോശ്ത്

23. യക് ഷോഖ് കിരൺ ഷോഖേ മിഥാലേ നിഗായേ ഹൂർ
ആരാം സെ ഫാരിഗ് സ്വിഫാതേ ജൗഹരേ സീമാബ്
ബോലീ കേ മുജെ റുഖ്സാതേ തൻവീറേ അതാ ഹോ
ജബ് തക് ന ഹോ മശ്രിഖ് കാ ഹർ യക് ദരാ ജഹാൻതാബ്

ചോറൂൻഗീ ന മെം ഹിന്ദ് കീ തരീഖ് ഫളാ കോ
ജബ് തക് ന ഉമേൻ ഖ്വാബ് സേ മർദാനേ ഗിറാൻ ഖ്വാബ്
ഖാവർ കീ ഉമീദോൻ കാ യഹീ കാഖ് ഹെ മർകസ്
ഇഖ്ബാൽ കേ ആശ്കോൻ സെ യഹീ ഖാക് ഹെ സറാബ്

ചശ്മേ മഹോ പർവീൺ ഹെ ഇസീ ഖാക് സേ റോഷൻ
യെ ഖാക് കേ ഹെ ജിസ് കാ ഖസഫ് റെസാ ദുറേ നാബ്
ഇസ് ഖാക് സേ ഉഠേ ഹെ വൊ ഗവ്വാസേ മആനീ
ജിൻ കേ ലിയേ ഹർ ബഹ്‌റേ പുർ ആശോബ് ഹെ പയാബ്

ജിസ് സാസ് കേ നഗ്‌മോം സെ ഹറാറത് ഥീ ദിലോം മെം
മെഹ്‌ഫിൽ കാ വൊഹീ സാസ് ഹെ ബെഗാനായേ മിദ്‌റാബ്
ബുദ്ധ്‌ഖാനേ കേ ദർവാസേ പെ സോതാഹെ ബ്രാഹ്‌മൺ
തഖ്‌ദീർ കോ രോതാ ഹെ മുസൽമാനാൻ ഫായേ മിഹ്‌റാബ്
മശ്‌രിഖ് സേ ഹോ ബെസാർ ന മഗ്‌രിബ് സേ ഹദർ കർ
ഫിത്‌റത് കാ ഇശാരാ ഹെ കി ഹർ ശുബ് കോ സഹർ കർ

24.   ശാബേ ഹിന്ദീ ഗുലാമാം റാ സഹർ നീസ്ത്
       ബാ ഇയേൻ ഖാക് അഫ്താബേ റാ ഗിസർ നീസ്ത്

അദ്ധ്യായം : നാല് (ഇഖ്ബാലും സ്വാതന്ത്ര്യസമരവും)

1.   ആരാ ഹെ യാദ് മുഝ്‌കോ ഗുസ്‌രാ ഹുവാ സമാനാ
      വൊ ബാഗ് കീ ബഹാരേം വൊ സബ് കാ ഛഹ്‌ഛഹാനാ!
      ആസാദിയാ കഹാം വൊ അപ്നേ ഘോസ്‌ലേ കീ
      അപ്‌നീ ഖുശീ സേ ആനാ അപ്‌നീ ഖുശീ സേ ജാനാ!

      ലഗ്‌തീ ഹെ ചോട്ട് ദിൽ പർ ആതാ ഹെ യാദ് ജിസ് ദം
      ശബ്‌നം കെ ആംസുവോം പർ ഖലിയോം കാ മുസ്‌കുരാനാ!
      വൊ പ്യാരീ പ്യാരീ സൂരത്, വൊ കാമിനീ സീ മൂരത്,
      ആബാദ് ജിസ് കെ ദം സെ ഥാ ഥാ മേരാ ആഷിയാനാ
      ആതീ നഹീം സ്വദായേൻ ഉസ്‌കീ മെരേ ഖഫസ് മെം
      ഹോതീ മെരീ റിഹായീ! അയേ കാൽ! മേരേ ബസ് മെം!
      ക്യാ ബദ് നസ്വീബ് ഹും മെം ഘർ കോ തരസ് രഹാ ഹും
      സാഥീ തൊ ഹെ വത്വൻ മെം മെ ഖായ്ദ് മെം പഡാ ഹും

      ആയീ ബഹാർ ഖലിയാം ഫൂലോം കി ഹംസ് രഹീ ഹെ,
      മെം ഇസ് അൻദേരേ ഘർ മെം ഖിസ്‌മത് കൊ രോ രഹാ ഹും
      ഇസ് ഖൈദ് കാ ഇലാഹീ ! ദുക്‌രാ കിസേ സുനാളൗം?
      ദർ ഹെ യഹീ ഖഫസ് മെം മൈം ഗം സെ മർ ന ജാളൗം?

      ജബ് സെ ചമൻ ഛുതാഹെ യെ ഹാല് ഹോ ഗയാ ഹെ
      ദിൽ ഗം ശൊ ഖാ രഹാ ഹെ, ഗം ദിൽ കൊ ഖാ രഹാ ഹെ!
      ഗാനാ ഇസേ സമഝ് കർ ഖുശ് ഹോം ന സുന്നെവാലേ!
      ദുഖ് കേ ഹുയേ ദിലോം കീ ഫർയാദ് യാ സ്വദാ ഹെ !

      ആസാദ് മുഝ്‌കോ കർ ദേ, ഓ!ഖയ്‌ദ് കർനേ വാലേ!
      മെം ബെസബാൻ ഹും ഖയ്‌ദീ, തൂ ഛോർ കർ ദുആ ലേ!

2. ബന്ദഗീ മെം ഘറ് കെ രഹ് ജാതീ ഹൈ ഇക് ജുവായ് കം ആബ്
    ഔർ ആസാദീ മെം ബഹ്റേ ബേ കിറാൻ ഹൈ സിന്ദഗീ

3. അപ്നേ മൻ മെം ദൂബ് കർ പാ ജാ സുരാഗേ സിന്ദഗീ
    തൂ അഗർ മേരാ നഹീം ബാന്ദാ ന ബൻ അപ്നാ തൊ ബൻ!
    മൻ കീ ദുൻയാ? മൻ കീ ദുൻയാ സോസ് വൊ മസ്തീ, ജസ്ബ്
                                              വൊ ശൗഖ്!
    തൻ കീ ദുൻയാ? തൻ കീ ദുൻയാ സൂദ് വൊ സൗദാ, ഫിക്ർ വൊ
                                              ഫാൻ!
    മൻ കീ ദൗലത് ഹാഥ് ആതീ ഹൈ ഫിർ ജാതീ നഹീം
    തൻ കീ ദൗലത് ഛാവോം ഹൈ! ആതാ ഹൈ ധൻ ജാതാ ഹൈ ധൻ!
    മൻ കീ ദുൻയാ മെം ന പായാ മെംനെ അഫ്റംഗീ കാ രാജ്
    മൻ കീ ദുൻയാ മെം ന ദേഖേ മെംനെ ശൈഖ് വൊ ബ്രഹ്മൺ

    പാനീ പാനീ കർ ഗയീ മുജ്കോ ഖലന്ദർ കി യെ ബാത്
    ജബ് ത്ധുകാ തൂ ഗയ്റ് കെ ആഗേ ന തൻ തേരാ ന മൻ!

4. ഥാ ജോ നാഖൂബ് ബതദ്രീജ് വൊഹീ ഖൂബ് ഹുവാ
    കി ഗുലാമീ മെം ബദൽ ജാതാഹൈ ഖൗമോം കാ ദമീർ

5. ഭറോസാ കർ നഹീം സക്തേ ഗുലാമോം കി ബസ്വീറത് പർ
    കി ദുൻയാം മെം ഫഖത് മർദാനേ ഹൂർ കി ആൻക് ബീനാ ഹൈ

6. ബി എ ദർ, *അൻവാറേ ഇഖ്ബാൽ*, ഇഖ്ബാൽ അക്കാദമി,
    പാകിസ്ഥാൻ, ലാഹോർ 1977 പേ 25.

7. ഗാന്ധീ സെ യെക് റോസ് യഹ് കഹ്തേ ഥെ മാൽവി
    കംസോർ കി കമൻദ് ഹൈ ദുൻയാ മെം നാരസാ!
    നാസൂക് യെ സൽതനത് സ്വിഫാതേ ബർഗേ ഗുൽ നഹീം
    ലേ ജായേ ഗുലിസ്താൻ സെ ഉഡാകർ ജിസേ സ്വാബാ,

    ഗാധാ ഇദർഹെ സെംബേ ബദൻ ഔർ ഉദർ സറാ
    സ്വർ സ്വർ കി രഹ് ഗുസാൻ മെം ക്യാ അർദേ തൂതിയാ
    പിസ് കർ മിലേഗാ ഗർദേ റാഹേ റോസ്ഗാർ മെം
    ദാനാ ജോ ആസിയാ സെ ഹുവാ ഖുവ്വത് ആസ്മാ

    ബോലാ യെ ബാത് സുൻ കെ കമാലേ വഖാർ സെ
    വൊ മർദേ പുഖ്തകാറോ ഹഖ് അൻദേശോ ബാസ്വഫാ
    ഖാരാ ഹരീഫേ സയ്യേ ദഈൗഫാൻ നമീ ശവദ്
    സ്വദ് കൂഛാ ഈൗസ്ത് ദർ ബുനേ ദൻദാൻ ഛിലാൽ റാ!

8. ഹർ സാഇറേ ചമൻ സേ യെ കഹ്തീ ഹെഖാ കെ പാക്
    ഗാഫിൽ ന രഹ് ജഹാൻ മെം ഗർദൂൻ കീ ചാൽ സെ !
    സീണ്ട്ചാ ഗയാ ഹെ ഖൂനേ ശഹീദാൻ സെ ഇസ്കാ തുഖം
    തൂ ആംസുവോം കാ ബുഖ്ൽ ന കർ ഇസ് നിഹാത് സെ

9. അബ്ദുസലാം ഖുർശിദ്, സർഗുശസ്തേ ഇഖ്ബാൽ, ഇഖ്ബാൽ
    അക്കാദമി 'പാക്കിസ്ഥാൻ' 'ലാഹോർ' '1977' പേ 151.

10. SA Wahid, Thoughs abd Reflection of Iqbal, Ashraf Press,
    Lahore,1973, p. 193

11. ഗർചര മകതബ് കാ ജവാൻ സിന്ദാ നസർ ആതാ ഹെ
    മുർദാ ഹെ മാംഗ് കി ലായാ ഹെ ഫിറങ്കീ സെ നഫസ്!

12. അഭീ തക് ആദ്മീ സ്വയ്ദേ സ്വബൂനേ ശഹ്ർയാരീ ഹെ
    ഖയാമത് ഹെ കി ഇൻസാൻ കാ ശികാരീ ഹെ
    നസർ കോ ഖയേരാ കർതീ ഹെ ചമക് തഹ്ദീബേ ഹാദിർ കി
    യെ സന്നായി നഗർ ത്ധുതേ നഗോൻ കി റസ്കാരീ ഹെ!
    വൊ ഹിക്മത് നാസ് ഫാ ജിസ് പർ ഖിറാദ് മൻദാനേ മഗ്രിബ് കോ
    ഹവസ് കെ പഞ്ചായെ ഖുനീൻ മെം തേഗേ കർസാരീ ഹെ

13. യെ ഹുറിയാനേ ഫിറഞ്ചീ ദിലോ നസർ കാ ഹിജാബ്
    ബഹിശ്തേ മഗ്റബിയാൻ ജൽവാ ഹെ പാബാ റികാമ്പ്!
    ഗർചേര ഹെ ദിൽകുശാ ബഹുത് ഹുസ്നേ ഫിറങ്കീ ബഹാർ
    താഇറാ കെ ബലന്ദ് ബാൽ! ദാനാ വൊ ദാം സെ ഗുസർ

14. ബുരാ ന മാൻ! സറാ ആസ്മാ കെ ദേഖ് ഇസേ
    ഫിറങ് ദിൽ കീ ഖറാബീ ഖിറദ് കീ മഅ്മൂരീ!

15. ഹുവാ ന സോർ സെ ഇസ് കെ കോയീ ഗരെബാൻ ചാക്
    അഗർചെ മഗ്റബിയോം കാ ജുനൂൻ ഭി ഥാചാലാക്
    മൈഖാനേ യൂറോപ്പ് കെ ദസ്തൂർ നിരാലേ ഹെ
    ലാതേ ഹെ സുറൂർ അവ്വൽ ദേതേ ഹെ ശറാബ് ആഖിർ

16. ഖബർ മിലീ ഹെ ഖുദായാനേ ബഹറോ ബെർ സെ മുജേ
    ഫിറങ് രഹ്ഗുസാറേ സെയ്ലേ ബേപനാഹ് മെം ഹെ !

17. ആദമിയ്യത് ഗർ നലീദ് അസ് ഫിറങ്
    സിന്ദഗീ ഹങ്കാമാ ബർചീദ് അസ് ഫിറങ്!
    ഗുർഗ് അന്ദർ പൊസ്തീനേ ബർറായെ
    ഹർ സമൂൻ അന്ദർ കമീനേ ബർറായെ!

മുശ്കിലാതേ ഹദ്റതേ ഇൻസാൻ അസൂസ്ത്
ആദമിയ്യത് റാ ഗമേ പിൻഹാൻ അസൂസ്ത്
ഇൽമേ ആശ്യാ ഖാകേ മാരാ കീമിയാ അസ്ത്
ആഹ്! ദർ അഫ്റങ്ക് രാത്തിരൾ ജുദാസ്ത്

ഇൽമ് അസു റുസ്വാസ്ത് അന്ദർ ശഹ്റോ ദശ്ത്
ജിബ്രിയേൽ അസ് സുഹ്ബതൾ ഇബ്ലീസ് ഗശ്ത്
ദാനിശേ അഫ്റഞ്ചിയാൻ തേഗേ ബദോൾ
ദർ ഹലാകേ നാളൂ ഇൻസാൻ സഖ്ത് കോൾ!

ശർഏ യൂറോപ്പ് ബേ നിയാസേ ഫീലോ ഖാൽ
ബർറാ റാ കർദ് അസ്ത്ബർ ഗുർഗാൻ ഹലാൽ
നഖ്ശെനാള അന്ദർ ജഹാൻ ബായദ് നിഹാദ്
അസ് കഫൻ ദുസ്ദാൻ ചെ ഉമ്മിദേ കുശാദ്

18. റിശ്തായേ സൂദോസിയാൻ ദെർ ദസ്തേ തുസ്ത്
അബ്റൂയേ ഖാരാൻ ദർ ദസ്തേ തുസ്ത്!
ഇയേൻ കോഹാൻ അഖ്വാം റാ ശിറാസ് ബന്ദ്
റായതേ സിദ്ഘോ സ്വഫാ റാ കുൻ ബുലന്ദ്!

ഹം ഹുനർ ഹം ദീൻ സെ ഖാക് ഖാവർ അസ്ത്!
റശ്കേ ഗർദൂൻ ഖാകി പാകെ ഖാവർ അസ്ത്!
അയ് അമിനേ ദൗലതേ തഹ്ദീബോ ദീൻ,

ആൻ യാദേ ബൈദാബർ ആർ അസ് ആസ്തീൻ!
ഘേസോ അസ് കാരേ ഉമം ബുക്ഷാ ഗിറാഹ്,
നശ്ശായേ അഫ്റങ് റാ അസ് സർ ബിനേഹ്!
ആൻ ജഹാൻ ബനേ കെ ഹം സൗദാഗർ അസ്ത്,
ബർ സബാനൾ ഖൈറോ അന്ദർ ദിൽ ശർ അസ്ത്!

ഖുദ് ബിദാനി ബാദ്ശാഹി ഖാഹിരിസ്ത്!
ഖാഹ് രി ദർ അസ്വറേ മാ സൗദാഗരിസ്ത്!
തഖ്തായേ ദുക്കാൻ ശരികേ തഖ്തോ താജ്,
അസ് തിജാറത് നഫ്ഓ അസ് ശാഹീ ഖിറാജ്!

19. ഗേർ തൂ മീദാനീ ഹിസാബൾ റാ ദുറുസ്ത്,
അസ് ഹരീഫൾ നരം തർ കർപാസേ തുസ്ത്
ബേ നിയാസ് അസ് കാർഗാഹേ ഈ ഗുസർ
ദർ സമിസ്താൻ പൊസ്തീനേ ഈ മഖർ!
കുശ്തനേ ബേ ഹർബോ ദർബ് ആയിനേ ഊസ്ത്,
മർഗ് ഹാ ദർ ഗർദിശേ മശീനേ ഊസ്ത്!

ബോറിയായേ ഖുദ് റാ ബാ ഖലീനൾ മദേഹ്
ഗൗഹറാൾ തഫ്ദാറോ ദർ ലലൾ റാഗ് അസ്ത്!
മൾകേഇയേൻ സൗദാഗർ അസ് നഫേ സഗ് അസ്ത്!
വഖ്തേ സൗദാ ഖന്ദ് ഖന്ദോ കം ഖറോഷ്,
മാ ചു തിഫ്ലാനെം ഊ ശക്കർ ഫറോഷ്!
ഊഞ്ചേ അസ് ഖാകേ തുറസ്ത് അയ് മർദേ ഹൂർ!
അൻ ഫറോഷ്ഷോ ആൻബെ പോഷ്ഷോ അൻ ബേഖർ!
അൻ നികുബീനാൻ കേ ഖുദ് റാ ദീദാ ഉൻദ്!
ഖുദ് ഗലീമേ ഖേൾ റാ ബഫീദാ ഉൻദ്!
ആയ്! സേ കാരേ അസ്വറേ ഹദീർ ബേ ഖബർ!
ചർബ് ദസ്തി ഹായേ യൂറോപ്പ് റാ നിഗർ!
ഖലീ അസ് അബ്രേശാമേ തൂ സാഖ് തുൻദ്!
ബാസ് ഊ റാ പേശേ തൂ അൻദാഖ്തുൻദ്!

20. പസ് ഛെ ബായദ് കർദ് ആയ് അഖ്വാമേ ശർഖ്!
ബാസ് റൗശാൻ മീ ശവദ് അയ്യാമേ ശർഖ്!
ദർ ദമീരാൾ ഇൻഖിലാബ് ആമദ് പദീദ്
ശബ് ഗുസശ്തോ ആഫ്താബ് ആമദ് പദീദ്

ഖുദീ കി മൗത് സെ ഹിന്ദി ശീകസ്താ ബാലോ പർ;
ഖഫസ് ഹുവാ ഹൈ ഹലാൽ ഔർ ആശിയാനാ ഹറാം

അദ്ധ്യായം : അഞ്ച് (ഇഖ്ബാലും പാകിസ്ഥാൻ പിറവിയും)

1. CM Naim, Ed. Iqbal Jinnah and Pakistan, Delhi, 1982, p.6.
2. Presidential Address at the Annual Session of the All India Muslim League at Allahabad on 29 th December 1930, Ibid, 191.
3. Ibid.p. 192
4. Ibid.p. 194–195
5. Ibid
6. Ibid pp. 1956
7. Ibid p. 196
8. Ibid p. 197
9. Ibid p. 199
10. Ibid p. 206
11. Ziaul Hasan Faruqi, The Deoband School and the Demand for Pakistan, Bombay, 1963, p. 81.
12. SA Vahid, ed. Studies in Iqbal, Lahore,1976, p.285.
13. KK Aziz. Britain and Muslim India, London, 1963, p.143
14. SMH Burney, Iqbal, poet patriot of India, Eng.Trans.Dr.
15. E Thompson, Enlist India For Freedom, 1940, p. 58
16. Stamely wolpert, Jinnah of Pakistan, Delhi, 1985 p. 123

17. K K Aziz, Ed. Complete Works of Rahmat Ali, vol. I, Islamabad, 1978, p.4
18. Shoukatullaj Ansari, The Problem of India.qf. Dr. Rajendra prasad, India Diveded, Bombay, 1947, pp.206-207
19. S M H Burney, op. cit.p.118.
20. Tara Chand, *History of Freedom Movement in India*, vol.IV New Delhi,1983,pp 252-255
21. SCM Naim,op. cit. p. 180.
22. SMuhammed Razakahan,*What price Freedom*, Madras, 1969, p.20.

അദ്ധ്യായം : ആറ് (ഇഖ്ബാലും സോഷ്യലിസം)

1. ബന്ദായേ മസ്ദൂർ കോ ജാകർ മേരാ പൈഗാം ദേ
ഖിസ്ർ കാ പൈഗാം ക്യാ? യേ പൈഗാമേ കാഇനാത്
ആയേ കി തുജ്കോ ഖാ ഗയാ സർമായദാരേ ഹീലാ ഗർ
ശാഖേ ആഹൂ പർ രഹീ സ്വദിയോൻ തലക് തെരീ ബറാത്

ദസ്തേ ദൗലത് അഫ്രീൻ കോ മുസ്ദ് യോം മിൽതീ രഹീ
അഹ്ലേ സർവത് ജയ്സേ ദേതേ ഹെ ഗരീബോൻ കോ സകാത്
സാഹിറേ മൂത് നേ തുജ്കോ ദിയാ ബർഗേ ഹഷീഷ്
ഔർ തൂ യേ ബേ ഖബർ സംജാ ഇസേ ശാഖേ നബാത്
നസൽ ഖൗമിയ്യത് കലീസാ, സൽതനത്, തഹ്ദീബ്, രംഗ്
ഖാജഗീ നേ ഖൂബ് ചുൻ ചുൻ കേ ബനായാ മുസ്കിറാത്
കറ് മേരാ നാദാൻ ഖയാലീ ദേവതാവോം കേലിയേ
സുകർ കീ ലദ്ദത് മെം തൂ ലുറ്വാ ഗയാ നഖ്ദേ ഹയാത്

മകർ കീ ചാലോം സേ ബാസീ ലേ ഗയാ സർമയേദർ
ഇൻതിഹാഇയേ സാദഗീ സേ ഖാ ഗയാ മസ്ദൂർ മാത്
ഉറ് കൈ അബ് ബസ്മേ ജഹാൻ കാ ഔർ ഹീ അന്ദാസ് ഹെ
മശ്രിഖോ മഗ്രിബ് മെം തെരീ ദൗർ കാ ആഗാസ് ഹെ

ഹിമ്മതെ ആലീ തൊ ദർയാ ഭീ നഹീം കർതീ ഖബൂൽ
ഗുൻഛ സാൻ ഗോഫിൽ തെരീ ദാമൻ മെം ശബ്നം കബ് തലക്
നഗ്മയേ ബയ്ദാരീ ജംഹൂർ ഹെ സാമാനേ അയ്ശ്
ഖിസ്സയേ ഖവാബ് ആവരേ സിക്കന്ദരോ ജം കബ് തലക്

അഫ്താദേ താസാ പൈദാ ബത്നേ ഗീതി സെ ഹുവാ
ആസ്മാൻ! റുബേ ഹുയേ താരോൻ കാ മാതം കബ് തലക്
തോറ് താലേൻ ഫിത്രത് ഇൻസാൻ നേ സൻജീറേൻ തമാം
ദൂരീ ജന്നത് സെ രോതീ ചശ്മെ ആദം കബ് തലക്

2. Hakim KA, Islam and Communism, Lahore Institute of Is lamic Culture, 1953, p. 136

3. WC Smith, Modern Islam in India, London, 1946, p.32.

4. Dr. Abdsul Haleem Hilal, Social Philosophy of sir Muhammad Iqbal, Adam publishers, Delhi, 1998, p. 230.

5. Shamloo, Speeches and Statements of Iqbal, Lahore, 1944,pp. 148-153

6. "വൊ കലീം ബേ തജല്ലി, വൊ മസീഹ് ബേ സ്വലീബ് - നേസ്ത് പൈഗംബർ വൊ, ലേകിൻ ദർ ബഗൽ ദാറദ് കിതാബ്"- അമർമ ഗാനേ ഹിജാസ്.

7. ജാവേദ് നാമഃ പേ. 69.

8. യേ അൻഫുസോ ആഫാഖ് മെം പൈദാ തെരേ ആയാത്
ഹഖ് ഹെ യെ കി ഹെ സിന്ദാ വൊ പായിന്ദാ തെരീ ദാത്
മെരേ കൈസേ സമജ്താ കി തു ഹെ യാ കി നഹീം ഹെ
ഹർ ദം മുതഗയ്യർ ഥേ ഖിർദ് കെ നസ്രിയാത്
മെഹ്റം നഹീം ഫിത്റത് കേ സരൂദേ അസാലീ സെ
ബീനായേ കവാകിബ് ഹൊ കി ദാനായേ നബാതാത്
ആജ് ആംഖ് നെ ദേഖാ തോ വൊ ആലം ഹുവാ സാബിത്
മെം ജിസ് കൊ സമജ്താ ഥാ കലീസാ കേ കുറാഫാത്

ഹം ബൻദേ വൊ ശബ് ഹൊ റോശ് മെം ജഗധേ ഹുയേ ബന്ദേ
തു ഖാലിലേ അഅസാർ ഹൊ നിഗരിന്ദായേ ആനാത്
ഏക് ബാത് അഗർ മുജ്കോ ഇജാസത് ഹോ തോ പൂഛേം
ഹൽ കർനാ സകേ ജിസ്കോ ഹകീം കേ മഖാലാത്

ജബ് തശ് മെം ജിയാ ഖൈമായേ അഫ്ലാക് കേ നിചേ
കാണ്ഡേ കീ തറഹ് ദിൽ മെം ഖഠകതീ രഹീ യെ ബാത്
ഗുഫ്താർ കെ അസ്ലൂബ് പെ ഖാബൂ നഹീം രഹ്താ
ജബ് റൂഹ് കെ അന്ദർ മുതലാതും ഹോ ഖയാലാത്

ഹൊ കോൻസാ ആദം ഹെ കീ തു ജിസ് കാ ഹേ അഅ് ബൂദ്
വൊ ആദമേ ഖാകീ കെ ജോ ഹെ സൈരേ സമാവാത്
മശ്രിഖ് കെ ഖുദാവന്ദ് സഫേദാനേ ഫിറൻഗീ
മഗ്രിബ് കെ ഖുദാവന്ദ് ദർഖ്ശൻദാ ഫിലിസ്സാത്

യെ ഇൽമ്, യെ ഹിക്മത് യെ തദബ്ബുർ, യെ ഹുകുമത്
പീതേ ഹെ ലഹു ദേതേ ഹെ തഅ്ലീമേ മുസാവാത്
ബേകാരീ വൊ ഉർയാനീ വൊ മേഖാരീ വൊ ഇഖ്ലാസ്
ക്യാ കം ഹെ ഫിറൻഗീ മദനിയ്യത് കെ ഫുതൂഹാത്

വൊ ഖൗം കീ ഫൈസാനേ സമാവീ സേ ഹൈ മെഹറും
ഹദ് ഉസ് കേ കമാലാത് കി ഹൈ ബർ കേ മുഖാറാത്
ഹേ ദിൽ കേലിയേ മൗത് മെഷ്ഷീനോം കി ഹുകൂമത്
ഇഹ്സാസേ മറവ്വത് കോ കുചൽ ദേതേ ഹൈ ആലാത്.......

തോ ഖാദിറോ ആദിൽ ഹൈ മഗൽ തെരേ ജഹാൻ മെം
ഹൈ തലഖ് ബഹുത് ബന്ദായേ മസ്ദൂർ കെ അവ്ഖാത്
കബ് ഡൂബേഗാ സർമാ യ പറസ്തീ കാ സഫീനാ
ദുൻയാ ഹൈ തെരീ മുൻതസിറെ റോസെ മകാഫാത്
ബാലേ ജിബ്രീൽ, പേ 144-47

9.   ഉഠോ മെരീ ദുൻയാ കേ ഗരീബോൻ കോ ജഗാ ദോ
     കാഖെ ഉമറാ കെ ദറോ ദീവാർ ജലാ ദോ
     ഗർമാഓ ഗുലാമോൻ കാ ലഹൂ സോസേ യഖീൻ സെ
     കുഞ്ചിശികേ ഫിറോ മായാ കോ ശാഹീൻ സെ ലഠാ ദോ

     സുൽത്താനീ ജംഹൂർ കാ ആതാ ഹൈ സമാനാ
     ജോ നഖ്ഷെ കുഹൻ തും കോ നസർ ആയേ മിഠാ ദോ
     ജിസ് ഖേത് കെ ദഹ്ഖാൻ കോ മയസ്സർ നഹീം റോസീ
     ഉസ് ഖേത് കെ ഹർ ഖൗശായെ ഗണ്ടും കോ ജലാ ദോ
     ബാലേ ജിബ്രീൽ, പേ 49

     സായ് അഫ്ഗൻ ഹൈ ജാലാ ബർഖ് ദീവാൻ സോസ് കാ
     ആജ് സിർഹെ ബാഗെ സുൽത്താൻ ഖൂനേ ദഹ്ഖാൻ ഹൈ തോ
                ക്യാ
     മൻസിലേം പെ കർ ചുകാ ഹൈ ആഫ്താബ് ഫികർ നൗ
     ആജ് അഗർ റൂഹേ ഖിദാമത് ദുൽമത് അഫ്ശാൻ ഹൈ തോ ക്യാ

11. ജാൻതാ ഹൈ മെം യെ ഉമ്മത് അമലേ ഖുർആൻ നഹീം
     ഹൈ വഹീ സർമായെദാരീ ബന്ദായെ മുഅ്മിൻ കാ ദീൻ
     (ഇബ്ലീസ് കീ മജ്ലിസേ ശൂറാ)
12. ജാവേദ് നാമ, പേ 191
13. ദർബേ കലീം പേ. 138
14. M Riyaz Husain, Iqbal Poet and his politics, uppal publishing
15. ഹോയേ ഹൈ കസ്റേ ചലീപാ കേ വാസ്തേ മാമൂർ
     വഹീ കീ ഹഫ്സേ ചലീപാ കോ ജാൻതേ ഫേ നജാത്
     യെ വഹ്യ് ദഹ്രിയതേ റൂസ് പർ ഹോയീ നാസിൽ
     കി തോ ഡാൽ കലീസാഇയേം കേ ലാത് വൊ മനാത്
     (ബോൾഷെവിക് റൂസ്, ദർബേ കലീം)
16. ഹം ചുനാൻ ബുനീ ക ദർ ദോർ ഫിറങ്
     ബന്ദഗീ യാ ഖാജഗീ ആമദ് ബജൻഗ്

റൂസ് റാ ഖൽബ് വൊ ജിഗർ ഗർദ്ദേദ ഖൂൻ
അർ സമീറൾ ഹർഫ് ലാ ആമദ് ബറോൻ
ആൻ നിസാം കഹനയെ റാ ബർ ഹം സദസ്ത്
തേസ് അയ്ശേ ബുർഗ് ആലം സദഅസ്ത്
കർദ അം അന്ദർ മഖാമാതിൽ നഗഹ്
ലാ സലാതീൻ ലാ കനീസാ ലാ ഇലാഹ്
ഫിക്ർ ഓ ദർതനദ് ബാദിലാ ബെമാനദ്
മർകബ് ഖുദ് റാ സോയേ ഇല്ലാ നറാന്ദ്
ആയദൽ റോസേ കി അസ് സോർ ജുനൂൻ
ഖൂയിൾ റാ സെയ്ൻ തൻദ് ബാദ് ആരദ് ബറൂൻ

ദർ മഖാമേ ലാ നിയാ സായദ് ഹയാത്
സോയേ ഇല്ലാ മീ ഖാറമദ് കാഇനാത്
ലാ ഓ ഇല്ലാ സാസൊ ബുർഗ് ഉമ്മതാൻ
നഫീ ബേ അസ്ബാത് മർഗ് ഉമ്മതാൻ
(പാസ് ചെ ബയദ് കർദ്)

17. ജാവേദ് നാമ, പേ 87–88
18. Khalifa Abdul Hakim, Islam and communism, p. 136.
19. ഷംലൂ, സ്പീച്ചെസ് ആന്റ് സ്റ്റേറ്റ്മെന്റ്സ് ഓഫ് ഇഖ്ബാൽ പേ 167.
20. Riyaz Husain, *Iqbal, Poet and Politics*, p.119.
21. ഹുവേ ഹൈ കസ്റേ സലീബാ കൈ വസ്തേ മാമൂർ
      ഒഹീ ശെ ഹിഫ്സെ സലീബാ കോ ജാന്തേ തേ നജാത്
      ഹൈ വഹ്യ് ദർഹിയത് റൂസ് പർ ഹുയീ നാസിൽ
      കൈ തോഡ് ഡാൽ കലീസാവോൻ കേ ലാതോ മനാത്
22. അസ്ഗറലി എഞ്ചിനീയർ, സം സോഷ്യോ പൊളിറ്റിക്കൽ മോട്ടി
      വേഷൻസ് ഓഫ് ഇഖ്ബാൽസ് തോട്ട്, ഇഖ്ബാൽ സെന്റിനറി
      സിമ്പോസിയം, പേ 47.
23. ഖാജ അസ് ഖൂൻ ദിലേ മസ്ദൂർ സാസൊ ലഅലെ നാബ്
      അസ് ജഫായേ വൊ ഖുദായാൻ കുന്തെ ദഹ്ഖാനാൻ ഖാബ്
      ഇഖിലാബ്! ഇഖിലാബ്! യേ ഇഖിലാബ്!!
      ശൈഖ് ശഹർ അസ് റശ്തയേ തസ്ബീഹ് ശദ് മുഅ്മിൻ ബൈദാം
      കാഫിറാൻ നെ സാദ ദിൽ റാ ബ്രഹ്മൻ സനാർ താബ്
      ഇഖിലാബ്! ഇഖിലാബ്! യേ ഇഖിലാബ്!!
      മീറോ സുൽത്താൻ നിർദ് ബാസൊ കഅ്ബതേനേ ശാനേ വഗൽ
      ജാൻ മുഹ്കമാൻ ബർ ദൻദ് അസ്തനോ മഹ്കുമാൻ ബൈ ഖാബ്
      ഇഖിലാബ്! ഇഖിലാബ്! യേ ഇഖിലാബ്!!